பச்சை ஆன்மீகம்

பசுமை சாம்பியன்

Agri. Dr. ஓய். இராஜகுமார்

நூல் விவரம்

நூலின் பெயர்	:	**பச்சை ஆன்மீகம்**
ஆசிரியர்	:	Agri Dr. ஓய். இராஜகுமார்
அலைபேசி	:	9443265003
இமெயில்	:	agriraja@gmail.com
உரிமை	:	ஆசிரியருக்கு
நூல் வகை	:	சுற்றுச்சூழல்
முதல் பதிப்பு	:	ஜனவரி 2025
பக்கங்கள்	:	98
வெளியீடு	:	Notion Press, Chennai
விலை	:	ரூ. 170/-
அட்டைப்படம்	:	அபிஜித் R.J. வினிபர்
நூலாக்கம்	:	ஜெனரல் ஆப்செட் பிரிண்டர்ஸ் மார்த்தாண்டம்.

அறிமுகவுரை

இயற்கையை நேசிப்போம் இயற்கையோடு இணைந்து வாழ்வோம் என்ற உயரிய கொள்கையை கொண்ட Agri. Dr. ஒய். இராஜகுமார் அவர்கள் கிரீன் அக்ரி கிளப் ஆப் இந்தியா என்ற உயரிய அமைப்பை கடந்த 44 ஆண்டுகளுக்கு முன்னரே நிறுவி ஆயிரத்துக்கும் அதிகமான உறுப்பினர்களை இயற்கையோடு இணைந்த பயணத்தில் வழி நடத்திச் செல்கிறார்.

பசுமைக் காவலரான இவரது வழிகாட்டலில் பயணிக்கும் கிளப் உறுப்பினர்கள் சிறப்பாக வாழ்வதற்கு சிறப்பு பயிற்சிகள், மகிழ்ச்சியாக இருப்பதற்கு பண்ணை சுற்றுலாக்கள், விழிப்புணர்வை ஏற்படுத்துவதற்கு வியத்தகு விழாக்கள், மனம் மகிழ்வதற்கு மாநிலம் கடந்த பயணங்கள்...... அப்பப்பா, இவர் தலைமை தாங்கி வழி நடத்தும் கிரீன் அக்ரி கிளப்பின் பணிகளை அடுக்கிக் கொண்டே செல்லலாம்.

வேளாண்மை, இயற்கை, ஆரோக்கியம், சுற்றுச்சூழல், நல வாழ்வு சார்ந்த பல நூல்களை தமிழுக்கு தந்த சிறப்புமிகு தகைசால் அறிஞர் Agri. Dr. ஒய். இராஜகுமார் அவர்கள் 'பச்சை ஆன்மீகம்' என்ற இந்நூலை ஆக்கித் தந்துள்ளார்கள். இந்நூல் ஐம்பது ஆக்கப்பூர்வமான கட்டுரைகளைக் கொண்டுள்ளது. மனித குலத்துக்குத் தேவையான கருத்துகள் மூலம் நம் எண்ணங்களில் ஒரு தாக்கத்தை ஏற்படுத்தியுள்ளார்.

ஒவ்வொரு கட்டுரையும் நம்மில் மாற்றத்தை ஏற்படுத்தும் என்பது திண்ணம். படிப்போம், கருத்துக்களை உள்வாங்கி வாழ்வாங்கு வாழ்வோம். இயற்கையை நேசித்து, மனிதம் பேணி, நெறி முறையறிந்து வாழும் Agri. Dr. ஒய். இராஜகுமார் அவர்கள் மேலும் பல நூல்களைத் தந்து தமிழுக்கு அணி சேர்க்க இனிதே வாழ்த்துகின்றேன்.

பாசத்துடன்
பறம்பு கே.ரவி
நிதிகாவலர்
கிரீன் அக்ரி கிளப் ஆப் இந்தியா
மேனாள் மேனிலைப் பள்ளி தலைமையாசிரியர்
இயற்கை சுற்றுச் சூழல் ஆர்வலர்

பாசத்திற்குரிய பசுமை சாம்பியன் Agri.Dr. ஓய். இராஜகுமார் அவர்கள் எழுதிய 'பச்சை ஆன்மீகம்' என்ற நூலின் ஐம்பது உள்ளடக்கங்களில் பசுமை செய்திகளுக்கு வண்ணம் பூசி மெருகூட்டியிருப்பதை பார்க்க முடிகிறது. சிந்தனை களஞ்சியமாகவும், படிப்போரின் எண்ணத்தில் எழுச்சியையும், கேட்போரின் உள்ளத்தில் தெளிவையும் உருவாக்கும் வகையில் அமையப் பெற்றுள்ளது. இந்நூலில் வரும் செய்திகள் தரமான ஆய்வும், சரியான தரவுகளும், சுற்றுச்சூழல் கண்ணோட்டமும் கொண்டுள்ளது.

இந்நூலில் சேர்க்கப்பட்டுள்ள ஒவ்வொரு தலையங்கங்களும் அன்றாட வாழ்க்கை முறை, சுற்றுப்புறச் சூழலில் நமது அணுகு முறை, இயற்கையோடு இயைந்த ஆன்மீகம், ஆகியவற்றை உள்ளடக்கியது. இவை தமிழ் புலமை மிக்கோர்க்கு மட்டும் விளங்கும் பண்டித நடையில்லாது எல்லோர்க்கும் விளங்கும் எளிய நடையில் அனைவரும் பயன் பெறும் வண்ணம் அமைந்திருப்பதையும் மனதாரப் பாராட்டுகிறேன். இந்நூல் மக்கள் மத்தியில் என்றென்றும் நிலவி உலாவரும் என்பதில் ஐயமில்லை.

ஆசிரியரின் தமிழ் அறிவை, இயற்கையுடன் உள்ள தத்துவ படிப்பினை பாராட்டுகிறேன். தொடரட்டும் தங்களது பணி, உயர்ந்த கருத்துக்களுடன் எழுதிய 'பச்சைஆன்மீகம்'அனைவரது இல்லங்களிலும் தவழ்ந்து இறையருள் பெறட்டும். இந்நூலை வெளிக்கொணர ஆசிரியர் எடுத்துக்கொண்ட முயற்சிகளுக்கு என் பாராட்டுகள். பெருமையோடு வணங்கி மகிழ்கின்றேன்.

அன்புடன்

Dr. A. ஜெயராஜ்
M.Sc. M.A., M.Phil, M.Ed., BGL, Ph.D.
நிர்வாக இயக்குநர்,
கிரீன் அக்ரி கிளப் ஆப் இந்தியா
மாவட்ட தொடர்பு அலுவலர் (NSS)
மேனாள் அரசு மேனிலைப்பள்ளி தலைமை ஆசிரியர்.

நாம் வாழும் பூமியானது நமக்கு வேண்டிய எல்லா வளங்களையும் வாரி வழங்குவதற்கு தயாராக இருக்கிறது. அதே வேளையில் சுற்றுச்சூழல் நாளுக்கு நாள் சீரழிந்து வருகிறது என்கிற அபாயச் சங்கு உலகமெங்கும் ஓங்கி ஒலிக்கிறது. உலகமயமாக்கல், நகரமயமாக்கல், எந்திரமயமாக்கல், கணினி மயமாக்கல், நவீனமயமாக்கல் போன்றவை உலக சுற்றுச்சூழல் பற்றி நம்மை சிந்திக்க வைக்கிறது. இயற்கையால் ஜீரணிக்க முடியாத அளவுக்கு கழிவுப் பொருட்கள் பெருகி ஒரே நேரத்தில் காற்றிலோ, நீரிலோ, நிலத்திலோ, உணவிலோ, உடலிலோ கலந்து நமக்கு ஆபத்தை விளைவிக்கிறது.

விவிலியமும் சூழியலும் ஒன்றோடொன்று நெருங்கிய தொடர்புடையது. எனவே விவிலியத்தின் அடிப்படையில் விழிப்புணர்வு பெற்று சூழியலில் நமது சிந்தையை செலுத்த வேண்டியது அவசியமாகிறது. எனவே கடந்த 35 ஆண்டுகளுக்கு மேலாக, தென்னிந்திய திருச்சபை கன்னியாகுமரி ஆதீனத்தின், ஆன்மீக இதழாகிய தேசோபகாரி மலரில் கட்டுரைகளை எழுதிவரும் நான், அதிலுள்ள 'பச்சை ஆன்மீகம்' சம்மந்தப்பட்ட கட்டுரைகளை மட்டும் தொகுத்து ஒரு நூலாக வெளியிட விரும்பினேன். அதுவே இப்போது உங்கள் எழில்மிகு கரங்களில் தவழ்ந்து கொண்டிருக்கிறது.

எனது எழுத்துக்கனவை நனவாக்கி, எனது கட்டுரைகளை தொடர்ச்சியாக பிரசுரித்த தேசோபகாரி ஆசிரியர்களுக்கும், அதற்கு அனுமதித்த பெருமைக்குரிய பேராயர்களுக்கும் என்றும் எனது நெஞ்சம் நிறைந்த நன்றிகள். விவிலியமும் சூழியலும் மனிதனுடைய செயல்பாட்டிற்குத் தக்க பிரதிபலன் உண்டு என்பதை உலகிற்கு உணர்த்துகிறது. எவ்வாறெனில் மண்ணிலிருந்து தோன்றிய மனிதன் மண்ணிலே பிறந்து, வாழ்ந்து, மடிந்து போவதை வரலாறு உறுதிப்படுத்துகிறது. மனிதனின் செயல்பாடுகள் சூழியல் வரம்புக்கு உட்பட்டது என்பதை இது சுட்டிக் காட்டுகிறது.

இறைவன் எல்லா படைப்புகளிலும் உறைந்து இருக்கிறார் என்று புரிந்து உணர்வதன் வழியாக பச்சை ஆன்மீகம் உதயமாகிறது. அனைத்து படைப்புகளையும் இறைவன் படைத்து, பாதுகாத்து, வழிநடத்தி, பலுகிப் பெருகச் செய்கின்றார் என்பதை புரிந்து கொள்வதன் மூலம் பச்சை ஆன்மீகம் செழித்து தழைக்கிறது.

இந்த பச்சை ஆன்மீகம் சுற்றுச்சூழல் அமைப்பில் காணப்படுகின்ற அனைத்து படைப்புகளையும் அன்போடு பார்க்கின்றது. அதோடு பசுமை உலகம் குறித்து விசாலமான ஒரு புதிய பார்வையைத் தருகிறது.

இறைவனின் பேராற்றல் சுற்றுச்சூழலை ஊடுருவி உள்ளது. இறைவனின் செயல்பாடுகளும், நடவடிக்கைகளும் உலகம் முழுவதும் பரந்து விரிந்து உள்ளன. இதனால் ஒவ்வொரு படைப்பையும் இறைவன் உயிர்த்துடிப்புடன் இயங்க வைத்துக் கொண்டிருக்கிறார். சுற்றுச்சூழல் நிகழ்வுகள் வாயிலாக இறைவன் தன்னை வெளிப்படுத்தி வருகின்றார். இறைவனின் தோற்றப்பொலிவுதான் சுற்றுச்சூழல் எழிலாக வெளிப்படுகிறது. இயற்கையின் அழகுக் காட்சிகளில் கடவுளின் நளினத்தை நாம் உணர முடிகிறது. இது இயற்கையில் இறைவன் நிலைத்து நிற்கிறான் என்பதை உறுதிப்படுத்தும் உச்சநிலையாகும்.

இறைவனால் படைக்கப்பட்ட மேலான படைப்பு மனிதன் என்பதால், இதர உயிரினங்களோடு தோழமை உணர்வுடன் வாழப் பழக வேண்டும். ஒவ்வொரு உயிரினங்களுக்கும் உலகில் தனித்தனி அடையாளம் இருந்த போதிலும், அவை ஒன்றோடொன்று நெருங்கிய தொடர்பு கொண்டு இயங்கி வருகின்றன. இவ்விதம் ஒன்றையொன்று சார்ந்து சிலந்தி வலைப்பின்னல் போல பின்னப்பட்டுள்ள சுற்றுச்சூழல் அமைப்பில் நாமும் ஒரு அங்கமாக சங்கமிக்கின்றோம்.

இந்நூலினை வெளிக்கொணர்வதில் எனக்கு உதவியதோடு, அழகியதோர் அறிமுகவுரை வழங்கிய திரு. பறம்பு K.ரவி அவர்களுக்கும் எழுத்துலகில் என்னை ஊக்கமூட்டி வருவதோடு, அணிந்துரை வழங்கி அணிசெய்த முனைவர் A. ஜெயராஜ் அவர்களுக்கும் ஆயிரமாயிரம் நன்றிகள். பச்சையும் பக்தியும் ஒன்றோடொன்று முத்தம் செய்யும். 'பச்சை ஆன்மீகம்' பாரெங்கும் பற்றி பரவட்டும்! இனி இந்நூலைப் படித்து பயன் பெறத்துடிக்கும் எனது பாசத்திற்குரிய வாசகர்களுக்கு மனமார்ந்த வாழ்த்துக்கள்!

பாசத்துடன்
பசுமை சாம்பியன்
Agri Dr. ஓய். இராஜகுமார்

உள்ளடக்கம்

*****

1. வாழ்வும் வழிபாடும்

கடவுளுக்கு உகந்த, தூய உயிருள்ள பலியாக உங்களைப் படையுங்கள். இதுவே நீங்கள் செய்யும் உள்ளார்ந்த வழிபாடு. (உரோ. 12:1)

நமது வாழ்வும் கடவுள் வழிபாடும் ஒன்றோடொன்று நெருங்கிய தொடர்பு உடையன "படைத்தான் படைப்பெல்லாம் மனுவுக்காக, மனுவைப் படைத்தான். தன்னை வணங்க" என்கின்றனர் சான்றோர். கடவுளை முன்னிறுத்திக் காரியங்களை நடப்பிக்கும்போது, வெற்றிப் படிக்கட்டுக்களை எளிதாக எட்டி விடலாம். நம்மைப் படைத்த பரம்பொருளைப் பக்திவினயத்தோடு வழிபடுவது நமது வாழ்வின் ஒரு பரவச அனுவம். கடவுளோடு உள்ள உறவு அறுபடும்போது மனிதன் மிருகம் ஆகிறான் அல்லது பைத்தியம் பிடித்தவன் போலாகிறான். ஆகவே விண்ணகம் என் அரியணை மண்ணகம் என் கால் மனை (எசா.66:1) என்று சொன்ன கடவுளுக்கு அடிபணிவது நம் கடமை. கடல் நீரைத் தம் உள்ளங்கை அளவால் கணக்கிட்டவரும், வானத்தைச் சாண் அளவால் கணித்திட்டவருமாகிய (ஏசா. 40:12). கடவுளை வழிபடுவது நமக்கு மகிமை. கடவுளுடைய திட்டம் விண்ணுலகில் செய்யப்படுவதைப் போன்று, மண்ணுலகிலும் நிறைவேறிட நமது வாழ்வில் கடவுள் வழிபாடு இன்றியமையாதது.

ஆவியோடும் உண்மையோடும் ஆண்டவரைத் தினம் பணிதல், பரிசுத்த அலங்காரத்துடனே பரமனைத் தரிசித்தல், இரட்சிப்பின் பாத்திரத்தோடு கடவுளைத் தொழுது கொள்ளுதல் போன்ற உன்னத செயல்கள் திருச்சபை மக்களுக்குத் திருவருட் சிறப்பைத் தேடித்தரும். ஆராதனை நாயகனாக ஆண்டவராகிய இயேசு கிறிஸ்துவை முன்னிறுத்தும்போது அற்புதங்களும், அதிசயங்களும் அனுதினமும் அடியவர் வாழ்வில் நடைபெறும். கடவுள் எங்கும் நிறைந்தவர், எல்லாம் அறிந்தவர், எதிலும் வல்லவர், இப்படிப்பட்ட சர்வ வல்லமையுள்ள கடவுள் மனிதனைப் படைத்ததின் நோக்கம் தன்னை ஆராதிப்பதற்கே (கொலோ. 1:16). கடவுள் தம் மக்கள் தம்மை ஆவி, உடல், பொருள் அனைத்துடன் அர்ப்பணித்து ஆராதனை செய்ய விரும்புகிறார். கடவுளிடத்தில் முழு இருதயத்தோடும், முழு ஆத்துமாவோடும், முழு

1

பலத்தோடும் அன்பு கூரவேண்டும் என்று எதிர்பார்க்கிறார். கடவுளை ஆராதிப்பது என்பது காயீன், ஆபேலின் காலத்திலேயே தொடங்கி இன்றுவரையிலும் தொடருகிறது. அதோடு அவர்கள் தங்களிடமுள்ள மேன்மையானவற்றைப் படைத்து கடவுளை வழிபட்டார்கள்.

கடவுள் எங்கும் நிறைந்தவராக இருந்தாலும், மக்கள் மத்தியில் பிரசன்னாமாயிருப்பதைப் பெரிதும் விரும்புகிறார். ஒரு காலத்தில் சாலமோன் மன்னன் கட்டிய பிரம்மாண்டமான தேவாலயம் ஒரு முக்கிய வழிபாட்டுத்தலமாக விளங்கியது (1 அரசர் 8:13). அந்த ஆலயம் இடிக்கப்பட்டபோது மக்கள் ஜெப ஆலயங்களில் கடவுளை வழிபடும் முறையைப் பின்பற்றினார்கள். ஆதி அப்போஸ்தலர்கள் ஜெபக்கூடங்களிலும், வீடுகளிலும் கூடி ஐக்கியப்பட்டு ஆராதித்து வந்தார்கள். இவ்வாறு கிறிஸ்தவ மக்கள் திருச்சபைகளைக் கட்டி, அனைவரும் ஒன்றாகக்கூடி, கடவுளை வழிபடும் முறையைப் பின்பற்றினார்கள். கடவுள் தம்மை வெளிப்படுத்தும் இடத்தில் அனைவரும் அவரை கிட்டிச்சேர ஆலயங்கள் அமைக்கப்பட வேண்டியது அவசியமாகிறது. ஆலயம் சென்று உண்மையாய்க் கடவுளைத் தொழுது கொள்ளுகிறவர்கள் தங்கள் உள்ளங்களில் கடவுளைக் கண்டு கொள்கிறார்கள் (யோ. 4:23).

நம் குடும்பமாயினும், திருச்சபையாயினும் சமுதாயமாயினும் ஐக்கியத்தை எவ்வாறு வெளிப்படுத்த வேண்டும் என்பதற்கு கிறிஸ்து நமக்கு வழிகாட்டியுள்ளார். கிறிஸ்துவின் தோழமை உணர்வில் வெளிப்பட்ட கருணை, அவரது மரணத்திற்குப் பின் நற்கருணை என அழைக்கப்பட்டது. அதனைத் தமிழில் திருவிருந்து, புது நன்மை எனப் பெயரிட்டு அழைக்கிறோம். கடவுள் மனிதனோடு பங்கிட்டுக் கொண்ட மாபெரும் பங்கெடுப்பு தம் ஏக சுதனான இயேசு கிறிஸ்துவை மனுக்குலத்தோடு பங்கிட்டுக் கொண்டதுதான்! அதுதான் கடவுள். மனிதன் தோழமையின் உச்சகட்டம் (யோ. 3:16). ஒருவர் சபை மக்களோடு கொண்டுள்ள ஐக்கியம் அவருக்கு மகிழ்ச்சியைக் கொண்டு வராவிடில், கடவுளோடு அவர் கொண்டுள்ள ஐக்கியம் குறைவுள்ளதாயிருக்கிறது என்று அர்த்தம். சற்றே யோசித்து, நம்மில் மாற்றம் பெற்றவர்களாகக் கடவுளை வழிபடுவோம்!

*****

2. அடைக்கப்பட்ட தோட்டம்

ஓர் அழகிய கவிதை வடிவில் அமையப்பெற்ற காதல் பாட்டு வாயிலாக கடவுள் தமது மக்களுக்கு விடுக்கிற ஒரு முக்கிய செய்தியை இங்கு நாம் படிக்கிறோம். செழுமைமிக்கதொரு உயர்ந்த குன்றின்மேல் திராட்சைத் தோட்டம் ஒன்றிருந்தது. அங்கே செடி வளர்ச்சிக்குத் தேவையான சூரிய ஒளி தங்கு தடையின்றிக் கிடைக்கும். அதோடு மழைப் பொழிவையும் முழுமையாக பெற்றுக்கொள்ள முடியும். குன்றாயிருப்பதினால் அனைவரும் அதைப் பார்க்கவும் முடியும். இப்படிப்பட்ட செழிப்பான குன்றைக் கடவுள் தமது தோட்டமாகத் தெரிந்தெடுத்தார். எப்படியெனில் மனித மனம் மகாச்செழிப்பான நிலம். அதில் நல்ல நினைவுகள் விதைக்கப்படாவிடில் மோசமான நினைவுகளால் மனம் நாசமாகும்.

தனக்குச் சொந்தமில்லாத தோட்டத்தை ஒருவரும் வேலிபோட்டு அடைப்பதில்லை. ஒருவர் நிலத்தை விலைக்கு வாங்கினவுடனே இது தனக்குச் சொந்தமானது என்பதற்கு அடையாளமாக வேலி போட்டு விடுகிறார். நம்மைக் கடவுள் விலை கொடுத்து மீட்டுள்ளார் (1கொரி. 6:20) கடவுள் தமது சொந்த இரத்தத்தால் நம்மைத் தமதாக்கிக் கொண்டார். ஆகவே தான் அவர் நம்மைச் சுற்றிலும் வேலிபோட்டு வைத்திருக்கிறார். கடவுளுக்குச் சொந்தமான நாம் நமது விருப்பம்போல் நடக்க முடியாது.

ஒருவர் தனது நிலத்தைச் சுற்றிலும் வேலி போடுகிறார் என்றால் அதற்கு ஒரு நோக்கமும் திட்டமும் உண்டு. அதிலே மரம், செடி, கொடிகளை வளர்க்க முற்படும் போது தான் வேலி போட வேண்டியது அவசியமாகிறது. வெறுமனே கிடக்கும் எந்தத் தோட்டத்திற்கும் பணம் செலவு செய்து வேலிபோடமாட்டார்கள். அதே போன்று நம்மைக் குறித்தும் கடவுள் ஒரு நல்ல திட்டத்தை வைத்திருக்கிறார். நாம் தூயோராகவும், மாசற்றோராகவும் தம் திருமுன் விளங்கும்படி, உலகம் தோன்றுவதற்கு முன்பே கடவுள் நம்மைத் தேர்ந்தெடுத்தார். கிறிஸ்து மூலமாய் நம்மைத் தமக்குச் சொந்தமான பிள்ளைகள் ஆக்கிக் கொள்வதே அவரது விருப்பம் (எபே. 1:4-6)

ஒரு தோட்டத்தை வாங்கும் போது ஒருவர் தனது நோக்கத்திற்கு ஒத்ததுதானா என்பதைப் பலமுறை சிந்தித்துப் பல நிலங்களைப் பார்வையிட்டு இறுதியில் ஒன்றைத் தெரிந்து கொள்வார். அவ்வாறே

நாம் கடவுளைத் தெரிந்து கொள்ளவில்லை. கடவுளே நம்மைத் தெரிந்து கொண்டார் (யோ. 15:16). பரிசுத்த பவுல் தேவனால் தெரிந்து கொள்ளப்பட்ட ஒரு பாத்திரம். உலகம் பொருட்டாக கருதுபவற்றை அழித்துவிட அது தாழ்ந்ததாகக் கருதுபவற்றையும் இகழ்ந்து தள்ளுபவற்றையும் கடவுள் தேர்ந்தெடுத்தார் (1கொரி.1 : 28). இதேபோன்று நல்ல நிலமென்று கடவுள் நம்மைத் தேர்ந்தெடுத்திருப்பது இன்றுவரை புரியாத புதிராக இருக்கிறது.

தோட்டத்தைச் சுற்றிலும் குரங்கு, யானை, காட்டுப்பன்றி, நாய்,நரி போன்ற தோட்டத்தைக் கெடுக்கும் விலங்கினங்கள் சுற்றி அலைகின்றன. ஆனால் அருமையான அடைப்பு அவைகளைத் தடை செய்கிறது. யோபு புத்தகத்தைப் புரட்டும்போது யோபுவின் உடமைக்கொரு வேலி, உடலுக்கு மற்றொரு வேலி, எல்லாவற்றிற்கும் மேலாக உயிருக்கு மூன்றாவதொரு வேலி (யோபு 1:10). ஆண்டவரில் நம்பிக்கை கொள்வோரை அவரது பேரன்பு சூழ்ந்து நிற்கும் (திபா. 32:10). கடவுள் தம் மக்களை வேலி யடைத்துப் பாதுகாக்கிறபடியால் எதுவும் சேதப்படுத்துவதில்லை.

அடைக்கப்பட்ட வேலி நமக்கு நல்ல பாதுகாப்பைத் தரும்போது அதை உடைத்துப் போடலாமா? எனக்கும் இந்நாட்டு மக்களுக்குமிடையே ஒரு சுவரை எழுப்பி அதன்மூலம் நான் இந்நாட்டு மக்களை அழிக்காதபடி தடுப்பவன் யாரும் கிட்டவில்லை (எசே.22:30) என்று கடவுள் கதறுகிறார். சில நேரங்களில் கடவுளே தமது தோட்டத்தின் வேலியைத் தகர்த்துப் போடுவார். எவ்வாறெனில் கடவுள் எதிர்பார்க்கும் நற்கனிகளுக்குப் பதில் காட்டுக்கனிகளைத் தரும் போது கடவுள் வேலியைப் பிடுங்கி தோட்டத்தைப் பாழாக்கிப்போடுவார் (ஏசா.5:5).

ஏதேன் தோட்டத்திலுள்ள கடவுளின் படைப்புகளில் ஒரு முழுமையான ஒழுக்க நிலை வெளிப்பட்டது. மனுமக்கள் இறைவனுடனும், இயற்கையுடனும், இறைமக்களுடனும், இதர படைப்புகளுடனும் அன்பு உறவில் வளர்ந்தனர். ஆனால் மனுக்குலத்தின் கீழ்ப்படியாமையினால் இந்த உறவு முறைகள் பிரிந்து ஒழுக்க நிலைகள் சிதைந்து போயின. ஒழுக்கமில்லாமல் தவறான வழியில் பெறும் மேன்மைகள் நிலைநிற்பதில்லை. ஆகவே நீதிபோதனைகள் நம்மில் நிலைபெற நம்மைநாமே தயார் செய்து கொள்வோம்.

*****

3. அழகிய உலகம்

உன்மேல் இன்றுநான் விண்ணையும் மண்ணையும் சான்றாக அழைத்து வாழ்வையும் சாவையும் ஆசியையும் சாபத்தையும் உனக்கு முன் வைக்கிறேன். நீயும் உனது வழித்தோன்றல்களும் வாழும் பொருட்டு வாழ்வைத் தேர்ந்து கொள் (இ.ச. 30:19).

இந்த உலகம் மிகவும் அழகானது. உலகில் காணப்படும் இனிய இயற்கையின் ஊடே நம்மைப் படைத்த இறைவனைப் பார்க்கிறோம். நாம் இறைவனால் படைக்கப்பட்டவர்கள் என்பதை உணர்கிறோம். நாம் கடவுள் அருளும் நீடிய வாழ்வைத் தேர்ந்தெடுக்கத் தவறிவிட்டால் இந்த உலகம் கொஞ்சம் கொஞ்சமாக அழிந்து, நமது வாழ்வு முடிவுக்கு வந்துவிடும். இதற்கு மாறாக நல்வாழ்வை நாடுவதாக இருந்தால், சுற்றுச்சூழல் சீர்கேடுகளைக் களைந்து இயற்கைக்குப் புத்தெழுச்சி ஊட்டவேண்டும். புதிய விந்தையான சுற்றுச்சூழல் அமைப்பில் கிறிஸ்தவர்களாகிய நாம் அடியெடுத்து வைப்போமானால், திருவிவிலியம். நிச்சயம் உலகுக்கு ஒருசிறந்த நற்செய்தியை வழங்குவதாக அமையும்.

கடவுளால் படைக்கப்பட்ட யாவும் ஒன்றோடொன்று நெருங்கிய தொடர்புடையவை. இந்தப் பூமி ஆகாயத்தோடு பிணைக்கப்பட்டுள்ளது. உடல் ஆன்மாவோடு இணைக்கப்பட்டுள்ளது. படைப்புகள் அனைத்தும் வலைப்பின்னல் அமைப்பில் ஒன்றோடொன்று தொடர்பு கொள்வது படைப்பின் இன்றியமையாத சிறப்பு. அதாவது அனைத்தையும் கடவுள் ஒன்றோடொன்று இசைந்து செயல்படும் விதத்தில் படைத்துள்ளார். சில நேரங்களில் சங்கிலித் தொடர் போன்ற இந்தத் தொடர்புகள் நொறுக்கப்பட்டு வருவதால், அது சுற்றுச்சூழல் அமைப்பில் அடுக்கடுக்கான அழிவுகளை ஏற்படுத்தி விடுகிறது. எனவே படைப்பின் மையத்தில் வைக்கப்பட்டுள்ள நாம், நமது முன்னோர்கள் நமக்காக வளப்படுத்தி தந்துள்ள அனைத்தையும் நமது சந்ததியினருக்கு அந்தச் செழிப்போடு ஒப்படைக்க வேண்டும். இப்போது கொஞ்சம் கொஞ்சமாக வலுப்பெற்று வரும் சுற்றுச்சூழல் பற்றிய விழிப்புணர்வு ஒளிக்கீற்றாக நம்மிடையே பிரகாசித்து சுடர் விடுகிறது.

நாம் தற்போது மனித குல வரலாற்றின் ஒரு முக்கியமான காலகட்டத்தில் இருந்து வருகிறோம். இந்தக் காலகட்டம் சுற்றுச்சூழலைப்

பொறுத்தவரையில் பெரும் நெருக்கடியும் போராட்டங்களும் நிறைந்தது. அரசியல் சாக்கடையில் வீழ்ந்துவிடாமல், பேரழிவிலிருந்து சுற்றுச்சூழலை மீட்டெடுத்து, அதன்மூலம் அழிவை எதிர்நோக்கி இருக்கும் மனுக்குலத்திற்கு நாம் பாதுகாப்பு அளிக்க வேண்டும். இந்த உலகம் நமக்கு மட்டுமே சொந்தம் என்று உரிமை பாராட்ட முடியாத நிலையில் இயற்கை வளங்களை சகல பரிணாமங்களுடன் பாதுகாக்க வேண்டியது காலத்தின் கட்டாயம். நம்மால் உருவாக்கப்பட்ட உடைசல்களை உடனே மறு உருவமைக்க வேண்டும்.நாம் வாழும் இந்தப் பூவுலகத்தையே பாலும் தேனும் பாய்ந்தோடும் சொர்க்க பூமியாக உருவாக்க வேண்டும். நம் இதயங்களில் நிரந்தரமாக குடிகொண்டுள்ள கடவுள் ஒன்றோடொன்று ஒற்றுமையாக இசைந்து இருக்கும் இயற்கையின் ஒருமைப்பாட்டு உணர்விலும் ஊடுருவி நிற்கிறார்.

கடவுள் சுற்றுச்சூழலை நாம் பயன்பெறும் விதத்தில் பாங்குற வடிவமைத்தது போல நாமும் சுற்றுப்புறச்சூழலை இதமாக கையாள வேண்டும். சுற்றுச்சூழல் பாதுகாப்பு பணியில் முனைப்புடன் ஈடுபடுவதை, கடவுள் படைப்பின் மீதான அன்பின் வெளிப்பாடாகக் கருதவேண்டும். ஏனென்றால் கடவுள் அனைத்தையும் அளப்பரிய அன்புடனே படைத்துள்ளார். சிறந்த சுற்றுச்சூழல் நிர்வாகத்தின் மூலமாகவும், நம் வசம் உள்ள சீரிய தொழில்நுட்பங்கள் உதவியுடனும் இதனைச் செய்வது சாத்தியமாகும். சுற்றுச்சூழல் பாதுகாப்பு பணியில் துடிப்போடு ஈடுபடுவதன் மூலம் நாம் கடவுளுக்குப் பிடித்தமான பணியில் நம்மை ஈடுபடுத்திக் கொள்கிறோம். படைப்புகள் எல்லாம் நம்மிடம் எதிர்பார்ப்பதைப் பவுலடியார் அழகாக எடுத்துரைக்கின்றார். மாட்சியுடன் கடவுளின் மக்கள் வெளிப்படுவதைக் காண்பதற்காகப் படைப்பே பேராவலோடு காத்திருக்கிறது (உரோ. 8:19). எனவே நாம் இயற்கையோடு இணைந்து இறைவனைக் காண்போம்.

*****

4. இது நம்ம பூமி

மண்ணுலகைப் பேணி அதன் நீர வளத்தையும், நிலவளத்தையும் பெருக்கினீர்! கடவுளின் ஆறு கரை புரண்டோடியது; அது தானியங்களை நிரம்ப விளையச் செய்தது. நீரே அவற்றை இவ்வாறு விளையச் செய்துள்ளீர், புல்வெளிகள் மந்தைகளை ஆடையெனக் கொண்டுள்ளன. (தி.பா. 65 : 9-13)

பரந்து விரிந்த பேரண்டத்தில் பூமியானது பசுமைக் கோளமாகும். நாம் வாழும் பூமி இந்த பிரபஞ்சத்துக்கே ஒரு தோட்டம் போன்றது. நமக்குத் தெரிந்த வரையிலும் பூமிக்கோளம்தான் உயிரினங்கள் வாழத் தகுதியானதாகவும், பலவித உயிரினங்கள் பலுகிப்பெருக வசதியாகவும் உள்ளது. உயிர வாழ்க்கைக்குத் தேவையான அனைத்து ஆதாரங்களும் பூமியில் உள்ளன.

பூமி நிலையாக இருப்பதால் பூமியை நிலம் என்று சொல்கிறோம். அறிஞர்கள் பலரும் பூமியை அன்னை, மாதா, தாய் என்றெல்லாம் மிகப் பொருத்தமாக அழைத்துள்ளனர். ஏனெனில் இறைவனின் ஆற்றல் தாவரங்களிலும், விலங்குகளிலும், நிலத்திலும், நதியிலும், கடலிலும், மலைகளிலும், நட்சத்திரங்களிலும், வானத்திலும் பிரவாகித்து இருப்பதை அவர்கள் உணர்ந்துள்ளனர். விந்தையும், புதிரும் நிறைந்த இப்பூமியின் அதிசய நிகழ்வுகளை நுண்ணறிவு படைத்தவர்களால் மட்டுமே புரிந்து கொள்ள முடியும்.

நம் வாழ்க்கைக்கு நிலம்தான் ஆதாரம். நிலத்தில்தான் நம் இருப்பிடங்கள் அமைகின்றன; உணவுப் பொருட்கள் பயிரிடப்படுகின்றன. நிலத்தில்தான் மரம், செடி, கொடிகள் வேர்விட்டு வளர்ந்து எல்லா உயிரினங்களுக்கும் வாழ்விட வசதி செய்து தருகிறது. அதோடு மனித வாழ்க்கைக்குத் தேவையான எல்லா உடைமைப் பொருட்களையும் பூமிதான் நமக்குக் கொடுக்கிறது. இந்த பொருட்களைவிட தன் அடிவயிற்றில் பல நூறு அடி ஆழத்தில் நீர் ஊற்றைச் சுமந்து நீரோட்டத்தை ஓடவிட்டு நாம் தண்ணீருக்குத் தவிக்கும்போது நீர தந்து உதவுகிறது. நில வளத்தையும், நீர் வளத்தையும் பேணினால் தான் சுத்தமான தண்ணீர், நமக்கு குடிக்கக் கிடைக்கும். அதற்கு ஒவ்வொரு மழைத்துளியையும் மண் வங்கியில் சேமித்து வைக்க வேண்டும்.

கடவுள் மனிதனைப் படைத்தபின்பு, அவரை மகிழ்வித்த உலகை மனிதனிடம் கொடுத்து அதனை பண்படுத்தவும், பாதுகாக்கவும் அழைப்பு விடுக்கின்றார் (தொ.நூ.2:15). பழைய ஏற்பாடானது நிலத்தையும் உலகையும் கடவுள் நமக்கு நன்கொடையாகக் கொடுத்துள்ளார் (தொ.நூ. 12:1-7, 15:7-18) என்பதை அறியச் செய்கின்றது. நீங்கள் என் வார்த்தைக்கு செவிசாய்த்து என் உடன்படிக்கையைக் கடைப் பிடித்தால், அனைத்துலகும் என் உடைமையே என்றும் நீங்களே எல்லா மக்களின் இனங்களிலும் என் தனிச் சொத்தாவீர்கள் (வி.ப.19: 5) என விடுதலைப் பயணம் பகிர்கின்றது. உலகின் உண்மையான நிலக்கிழார் கடவுள் என்றும், அவர் படைத்த நிலத்தினை யாரும் விற்பனை செய்ய முடியாது என்றும் (லேவி. 25:28) லேவியர் நூல் கூறுகின்றது. நாபோத்து ஆகாபிடம் என் மூதாதையரின் உரிமைச் சொத்தை நான் உமக்குக் கொடாதவாறு ஆண்டவர் என்னைக் காப்பாராக (1அர.21:3) என்று கூறுகின்றார். ஆனால் இன்று நமது மூதாதையரின் வியர்வையில் விளைச்சல் தந்த நிலங்களை விற்று காசாக்குவதில் தான் நமது கவனம் செல்கிறது.

பூமி எல்லா உயிரினங்களுக்கும் ஏற்றத்தாழ்வில்லாமல் உணவளித்து வருகிறது. ஆனால் மனிதனோ பூமியைப் புண்படுத்தி, காயப்படுத்தி, குற்றுயிராக்கி விட்டான். பூமியின் இயற்கை வளங்களைப் பொறுப்பற்ற முறையில் தவறாகப் பயன்படுத்துவதால் ஆயிரக்கணக்கான தாவரங்களும், விலங்குகளும் அழிந்து வருகின்றன. நவீன விவசாயத்தில் பூச்சிக்கொல்லி, பூஞ்சாணக்கொல்லி, களைக்கொல்லி போன்றவற்றை அதிகம் பயன்படுத்துவதால் மண் நச்சுத்தன்மை உடையதாக மாறிவருகிறது. இரசாயனத் தொழிற்சாலைகள், தோல் பதனிடும் நிலையங்கள், அணுமின் உலைகள் ஆகியவற்றிலிருந்து வெளியேற்றப் படும் கழிவுகளால் மண் மலடாகி வருகிறது. மண்வளம் குன்றும்போது மனித குலத்தின் வாழக்கைத்தரம் குன்றிப்போகும். எனவே வளர்ச்சியும், மேம்பாடும், பூமியின் சம நிலை மீட்சியும் இணைந்து சமகோட்டில் பயணிக்க வேண்டும்.

தட்பவெப்ப நிலை மாற்றம் காரணமாக வளமான நிலங்கள் கூட பாலை நிலங்களாக மாறி வருகின்றன. நிலத்தின் உற்பத்தித் திறன் நாளுக்கு நாள் கீழ்நோக்கிச் சென்று கொண்டிருக்கிறது. ஆறுகளும்

பிற நீர் நிலைகளும் மாசுபட்டுக் கிடக்கின்றன. உலகின் பல்லுயிர்த்தன்மை பாழ்பட்டுப் பாதிப்புக்குள்ளாகி நிற்கிறது. காடுகள் அழிக்கப்பட்டு வருவதால், இயற்கைப் பேரிடர்கள் அதிகரித்து வருகின்றன. இயற்கை சார்ந்த வாழ்விடங்கள் தரம் குன்றிய நிலைக்குத் தள்ளப்பட்டதால், பல்வேறு அபாயங்களையும், நெருக்கடிகளையும் எதிர்கொள்ள வேண்டிய ஆபத்தான நிலையில் உலகம் உள்ளது. எதிர்காலம் பற்றிய உத்திரவாதம் இல்லாத பரிதாப நிலை ஏற்பட்டுள்ளது. இதனால் ஏராளமான மக்கள் தங்கள் வாழ்விடங்களை விட்டு கட்டாயமாகப் புலம் பெயர்ந்து செல்லக்கூடிய இக்கட்டான நிலைக்கு தள்ளப்பட்டுள்ளனர். அரசின் சில அவசரச் சட்டங்களும், மக்களைப் பூர்வீக பூமியிலிருந்து புலம் பெயரத் துரிதப்படுத்துகிறது. இவை யாவும் மனிதனின் வாழ்வுரிமை, உணவுரிமை, சுகாதார உரிமை, வளர்ச்சி உரிமை போன்ற அடிப்படை உரிமைகள் மீது ஆழமான விளைவுகளை ஏற்படுத்தக் கூடியவை.

உலகத்தையும் அதிலுள்ள அனைத்து உயிரினங்களையும் மீட்கும் திட்டத்தில் பங்குதாரர்களாக இருக்கும் பெரும்பேறு மனிதர்களாகிய நமக்கு கிடைத்துள்ளது. கடவுள் புதிய உலகத்தையும், புதிய விண்ணகத்தையும் படைக்கும் இலட்சியப் பணியை நம்மிடம் ஒப்படைத்துள்ளார். உலகளாவிய இப்பணியை ஆக்கப்பூர்வமாக நாம் மேற்கொள்ள வேண்டும். இந்தப் பணியை இயேசு கிறிஸ்து மிக நுட்பமாகச் செய்து அமோக வாழ்வை நமக்கு அளித்தார். அவர் நீங்கள் வாழ்வைப் பெறும் பொருட்டு, அதுவும் நிறைவாகப் பெறும் பொருட்டு வந்துள்ளேன் (யோ.10:10) என்றார். பூமி மீதான நமது புதிய உறவு எப்படி இருக்க வேண்டுமென்றால் ஒன்று உருவாக உதவி செய்தல், அதை நேசித்தல், தொடர்ந்து அதற்கு ஊட்டம் அளித்தல், இதமாக அதனைக் காத்தல், வளரும் வரை அக்கறை செலுத்துதல், முழுமையடையும் வரை பாதுகாத்தல் என்பவையாகும். இப்படித்தான் இறைவனின் அளப்பரிய அன்பு பூமியின் மீது பரிணாம வளர்ச்சியைத் தழுவியபடி மென்மையாக உயிர்த்துடிப்புடன் ஆக்கப்பூர்வமாக தொடர்ந்து சுழன்று கொண்டிருக்கிறது. ஆகவே கடவுளின் தோட்டத்தில் அனைத்துப் படைப்புகளும் உரிமையுடன் வாழ கடவுளின் கட்டளைப்படி செயல்படுவோம்!

*****

9

5. மண்ணின்றி மனிதனில்லை

ஆண்டவராகிய கடவுள் நிலத்தின் மண்ணால் மனிதனை உருவாக்கி, அவன் நாசிகளில் உயிர்மூச்சை ஊத, மனிதன் உயிர் உள்ளவன் ஆனான் (தொ.நூ.2:7).

வார்த்தையினால் வையகத்தைப் படைத்த கடவுள், மனிதனைப் படைக்கையில் வார்த்தைகளுக்கு இடமளிக்காமல் மண்ணினால் தமது சாயலில் மனிதனை வனைந்தார். இவ்விதம் மனிதன் கடவுளின் உருவையும், உறவையும், உயிரையும் பெற்றவனாகிவிட்டான். ஆனால் மனிதன் மண்ணின் உறவை மதிக்கத் தவறிவிட்டான். மண்ணிலிருந்து அந்நியமாகி வருகிறான். இதனால் மண்கூட மனிதனுக்கு ஒவ்வாமையாக மாறி வருகிறது.

ஏதேன் தோட்டத்தைப் பண்படுத்தவும், பாதுகாக்கவும் ஆண்டவராகிய கடவுள் மனிதனை அங்குக் கொண்டு வந்து குடியிருக்கச் செய்தார் (தொ.நூ.2:15). ஆதி மனிதனைப் படைத்து, ஏதேனை அவனுக்குச் சீதனமாகக் கொடுத்த கடவுள், அவர்களுக்கு அளித்த பணி தோட்டவேலை. தோட்டத்தைக் கொத்தி, எருவிட்டு, விதைபோட்டு, நீர் பாய்ச்சி, களையெடுத்து, பூச்சிவிரட்டி, பராமரித்து நெற்றி வியர்வை நிலத்தில் விழ உழைத்து வாழ உத்தரவிட்டார். மண்ணில் பாடுபடுவதைக் கேவலமாகக் கருதும் மனநிலையை இன்றைய இளைய சமுதாயம் பெற்றுள்ளது. மண்ணில் வேலை செய்யும்போது கிடைக்கும் மண் சிகிச்சையை மறந்து மருந்து மாத்திரைகளுக்கு மாறிவருகிறோம். மண்ணின் மனவேதனை மனிதருக்குள் ஊடுருவி வியாதிகள் வடிவில் வெளிப்படுகிறது.

மனிதன் உயிர் வாழ்வதற்கு ஏற்ற இடமாக இப்பிரபஞ்சத்தில் அமைந்திருப்பது இந்த பூமி மட்டுமே. பூமிக்கு வேறு எங்கும் கிளைகள் கிடையாது. இந்தப் புனிதப் பூமியை விட்டு எந்தக் கிரகத்திற்குள் நுழைந்தாலும் அங்கே நாம் நிரந்தரமாக வாழ்க்கை நடத்த இயலாது. பூமியானது மனிதனுக்கு மாத்திரம் அல்ல, மரங்களுக்கும், விலங்குகளுக்கும், பறவைகளுக்கும், பூச்சிகளுக்கும், புழுக்களுக்கும் புகலிடம் தரும் பூலோகச் சொர்க்கமாக விளங்குகிறது. மண்ணில் நிறைந்திருக்கும் நுண்ணுயிர்களால் மண் உயிர்த்துடிப்புடன் திகழ்கிறது. இந்த நுண்ணுயிர்கள் தான் மண்ணுக்கு மணத்தை தருகின்றன.

மண் மரங்களைத் தாங்குகிறது. நீரைத் தேக்குகிறது, உயிரினங்களை வளர்க்கிறது.

மண்ணிலிருந்து ஆணைப்படைத்த ஆண்டவர், அவனுக்குத் துணையாக ஆணின் எலும்பைக் கொண்டு ஒரு பெண்ணையும் படைத்தார் (தொ.நூ.2:22,23). எந்த ஒரு திருமணமான தம்பதியரை ஆராய்ந்து பார்த்தாலும் இந்த பரிசுத்த திருமண இரகசியம் நமக்குப் புரிய வரும். மண்ணின் மீது மனிதனுக்கு எப்போதும் ஆசை இருப்பது போன்று, மனிதன் மீதும் மண்ணுக்கு ஆசை அதிகம் உண்டு. மண்ணிலிருந்து எடுக்கப்பட்ட மனிதன் என்றாவது ஒருநாள் மீண்டும் அதே மண்ணுக்குத் திரும்புவது நிச்சயம். இது வேதசத்தியம். நீ மண்ணாய் இருக்கிறாய் மண்ணுக்கே திரும்புவாய் (தொ.நூ.3:19). மண்ணையும் மனிதனையும் ஆராய்ந்து பார்த்த உயிரியல் விஞ்ஞானிகளுக்கு அதிர்ச்சிதரும் முடிவுகள் கிடைத்தன. அதாவது மண்ணில் காணப்படும் அத்தனை மூலகங்களும் மனித உடலில் காணப்படுகின்றன.

வயல்வெளிகள் பாழாயின நிலமும் புலம்புகின்றது (யோவேல் 1:10). நிலம் புலம்பி வாடுகின்றது. மண்ணுலகம் தளர்ந்து வாடுகின்றது (ஏசா .24:4). வேதாகமக் காலத்து தீர்க்கத்தரிசிகளின் தரிசன உரைகள் தவறாமல் நிறைவேறி வருகின்றன. இதனை இன்றைய கம்ப்யூட்டர் உலகம் உணரத் தவறிவிட்டது. இவ்வுலகிற்கு இரண்டு வழிகளில் அழிவு ஏற்படலாம். ஒன்று அணுகுண்டு மூலமாக ஏற்படக்கூடியது. இன்னொன்று மண்வளம் குறைவதால் ஏற்படக்கூடியது. இந்த இரண்டில் மண்வளம் குன்றுவதால் தோன்றும் ஆபத்து அதிபயங்கரமானது. மண் மலட்டுத்தன்மையடைந்து அதன் உற்பத்தித் திறனைக் கொஞ்சம் கொஞ்சமாக இழந்து வருகிறது. புவி சூடேற்றத்தால் பூமிக்குக் காய்ச்சல் அதிகரித்து வருகிறது. இவற்றால் பட்டினி, பஞ்சம் ஏற்பட்டு மனித குலத்திற்கே அழிவு வந்துவிடும்.

இந்த மண்ணானது இதுவரையிலும் எல்லா உயிர்களுக்கும் ஏற்றத் தாழ்வில்லாமல் உணவளித்து வந்திருக்கிறது. மனிதனோ மண்ணைப் புண்படுத்தி, அசுத்தப்படுத்தி, காயப்படுத்தி குற்றுயிராக்கிவிட்டான். மனிதனையும் மற்ற உயிரினங்களையும் வளமாக வாழவைத்துக் கொண்டிருக்கும் மண்ணை மாசுபடுத்தாமல் இருப்பதுதான்

மனிதனின் முதல் கடமையாக இருக்கமுடியும். அதுவே கடவுளின் கட்டளையாகவும் காணப்படுகிறது. மண்ணில் பிறந்த எந்த மனிதனும் மண்ணுக்குத் திரும்பும்வரை மண்ணைப் பண்படுத்திக் கொண்டுதான் இருக்கவேண்டும். நாம் மண்ணைப்பேணிப் பாதுகாத்தால் நிச்சயம் மண்ணானது நம்மைப் பசியின்றி நோயின்றி வாழவைக்கும். எனவே மண்ணோடு கொண்டுள்ள நமது உறவை மீண்டும் மறுபரிசீலனை செய்வோம். மறுமை வாழ்வை நோக்கிப் பயணிக்கும் பாதையில் மண்ணுக்குள் பதுங்க வேண்டியிருப்பதினால் மண்ணை மதிப்போம்.

*****

6. உணவும் உயிரும்

மண்ணுலகைப் பேணி அதன் நீர் வளத்தையும் நிலவளத்தையும் பெருக்கினீர்! கடவுளின் ஆறு கரைபுரண்டோடியது; அது தானியங்களை நிரம்ப விளையச் செய்தது; நீரே அவற்றை இவ்வாறு விளையச் செய்துள்ளீர் (தி.பா.65:9).

இவ்வுலகம் அனைத்தும் இறைவனின் படைப்பால் நிறைந்துள்ளது. அனைத்து உயிரினங்களுக்கும் ஆண்டவர் உணவளித்து அவற்றை மகிழ்ச்சியாக வாழவைத்துக் கொண்டிருக்கிறார். கடல் வாழ் உயிரினங்களும் தக்க காலத்தில் உணவைத் தேடிக்கொள்கின்றன. வானத்துப்பறவைகள் நீரூற்றுகளின் அருகில் கூடுகளைக் கட்டிக் கொள்கின்றன கால்நடைகளுக்கென்று புற்கள் முளைக்கின்றன. மானிடருக்கென பயிர்வகைகள் விளைச்சலைத் தருகின்றன.

உணவானது உடலுக்கு மருந்தாகவும் உணர்வுக்கு விருந்தாகவும் அமைகிறது. உடலுக்கு உணவு தேவை என்பதை பசி உணர்த்துகிறது. பசி வந்திட பத்தும் பறந்து போய்விடுகிறது. பசியைக் கண்டு கொள்ளாமல் விடும்போது தலை சுற்றுகிறது. கண் மங்குகிறது. கால் தடுமாறுகிறது, மயக்கம் ஏற்படுகிறது. பசியை பண்டைய மக்கள் ஒரு பிணியாகவே கருதினார்கள். உணவு மனிதர்களுக்குச் சக்தி தரும் பொருளாகும். உணவின் மூலம் மனிதர்கள் பல்வேறு விதமான உணர்வுகளை அடைகின்றனர். உணவைக் கண் பார்க்கிறது. நறுமணத்தை மூக்கு நுகர்கிறது, கை தொடுகிறது, வாய் சுவைக்கிறது, வயிறு நிறைகிறது, இப்படி ஐம்புலன்களும் திருப்திகரமான உணர்வைப் பெறுகிறது. உணவின் மூலமே மனிதர்கள் உடல், உள்ளம், உணர்வு

ரீதியாக சக்தியை அடைகின்றனர். உணவு அருந்துவதற்கு முன் அதனை அன்றன்று வழங்கிடும் ஆண்டவருக்கு நன்றி தெரிவிக்க வேண்டும்.

இயற்கையான உணவுகளை முறைப்படி எடுத்துக்கொள்ளும் எவரிடமும் நோய்வர அஞ்சும். அவர்களது உடலில் ஆரோக்கியம் நிரந்தரமாக ஆட்சி செய்யும். பொதுவாக செடி, கொடி, தாவரங்களை உண்டு வாழும் விலங்கினங்களுக்கு எந்நோயும் வருவதில்லை.வாய்க்கு ருசியாக இருக்கிறது என்று வயிறு முட்டத்தின்னும் மனிதர்கள் தான் எப்போதும் நோய் பாதிப்புக்கு ஆளாகிறார்கள். இயற்கை உணவுகளை மட்டும் உண்ணும் முயல், நாய், நரி, ஆடு, மாடு, குதிரை, ஒட்டகம், யானை போன்றவற்றிற்கு முதுமை தோன்றி முடி நரைப்பதில்லை. சாகும்வரை பற்கள் விழுவதில்லை. இன்றைய நாட்களில் பலர் தமது சொந்த பணத்தில் வேதனையை விலைபேசி வாங்கிக் கொண்டிருக்கின்றனர். எப்படியெனில் ஆரோக்கியத்தை அருகே வரவிடாத செயற்கைமயமான துரித உணவுகளையும், குளிர்பானங்களையும் குடலுக்குள் தள்ளுவதையே வாடிக்கையான வாழ்க்கையாக்கிக் கொண்டுள்ளனர். இதனால் நோய்கள் வசதியாக குடித்தனம் செய்யும் வீடாக அவர்களது உடல் மாறிவிடுகிறது.

மனிதர்களின் மிகப்பெரிய சொத்து நிலமோ, பணமோ, நகையோ, ஆடையோ, வீடோ, வாகனமோ அல்ல. நோயற்ற வாழ்வுதான் குறைவற்ற செல்வமாக மதிக்கப்படுகிறது. ஆரோக்கியத்தை மட்டும் நாம் விலை கொடுத்து வாங்க முடியாது. நமது உணர்விலே, உழைப்பிலே, உணவிலே அதைச் சம்பாதித்துக் கொள்ளவேண்டும். உங்களுக்கு நரம்புத் தளர்ச்சி உள்ளதா? மூச்சுத் திணறலா? சிறுநீரகத்தில் கல் அடைப்பா? நுரையீரல் பாதிப்பா? இருதய நோயா? இரத்த அழுத்தமா? இளம் வயதில் சர்க்கரை வியாதியா? இப்படிப்பட்ட எந்த நோயாக இருந்தாலும் உங்கள் உடலில் கண்ணுக்குப் புலப்படாமல் உணவு மூலம் போய்ச் சேருகின்ற நச்சுப் பொருட்களுக்கும் உங்களுக்கு வருகின்ற புதுப்புது நோய்களுக்கும் நெருங்கிய தொடர்பு உண்டு. நமக்கு நோய்கள் வருவதற்கு நமது உணவுப்பழக்கம் தான் முக்கிய காரணமாக கருதப்படுகிறது. சித்த மருத்துவம் 'உணவே மருந்து மருந்தே உணவு' என்ற தத்துவத்தில்தான் செயல்படுகிறது. சுத்தமும் சுகாதாரமும் ஆயுளை அதிகரிக்கச் செய்கிறது.

ஆரோக்கியத்தின் இரகசியத்தை நம் முன்னோர்கள் நன்றாக அறிந்து வைத்திருந்தனர். உழைப்பையே இதற்காக அவர்கள் வாழ்க்கையாக்கிக் கொண்டனர். உற்சாகமாக நீங்கள் உழைப்பில் ஈடுபடும்போது உங்கள் உடலும் உள்ளமும் சமகோட்டில் பயணிக்கிறது. அதனால் உங்களிடமிருந்து அற்புத ஆற்றல்கள் வெளிப்படும் வாய்ப்பு ஏற்படுகிறது. இப்போது விளைச்சல்தரும் பூமித்தாயின் மேன்மையை உணரத் தவறிவிட்டோம். "உழைப்பதற்கு மனமில்லாதவன் உண்ணலாகாது" என்றார் நமது தேசத் தந்தை காந்தியடிகள். உழைப்பதற்கு மனமின்றி பூமியைப் போற்றி பாதுகாக்காமல், வழி வழியாக நமது மூதாதையர் வியர்வையில் விளைச்சலைப் பெற்ற விளைநிலங்களை விற்றுப் பணம் சம்பாதிப்பதிலே பலரது கவனம் செல்கிறது. விற்றால் நல்ல விலை கிடைக்கிறது என்பதற்காகவும், விவசாயத்தில் நல்ல லாபம் கிடைக்கவில்லை என்பதற்காகவும் நிலத்தைப் பாதுகாக்காமல் விட்டுவிட்டால் இன்று நாமும் நாளை நமது சந்ததியும் விரும்பிய உணவுக்காக ஏங்க வேண்டிய நிலை நேரிடும் என்பதை மட்டும் மறந்துவிடவேண்டாம். மண்ணை மதித்து உணவைப் பெறுவோம்!

*****

7.   இயற்கை நலவாழ்வு

நான் அந்நகரின் காயங்களை ஆற்றிக் குணப்படுத்துவேன்; மக்களுக்கு நலன் அளித்து நிலையான நிறைவாழ்வை வழங்குவேன் (எரே.33:6).

நாம் நமது சரீர ஆரோக்கியங்களை ஆவிக்குரிய காரியங்களைப் போன்று பேணிக்காக்காவிடில், நமது சரீரம் உலர்வது போல நமது ஆவிக்குரிய ஆன்மீக வாழ்வும் உலர்ந்து விடும். நாம் நோயுற்றிருக்கும்போது தான் மற்றவர்களை எந்த அளவுக்கு நாம் சார்ந்து இருக்கிறோம் என்பதை அதிகமாக உணருகிறோம். அதோடு நமது ஆறுதலுக்காக பிறருடைய பரிவையும் கரிசனையையும் பெற நாம் கூடுதலாக விரும்புகிறோம். திருமறை நமது உடல்நலம் சார்ந்த காரியங்களைக் குறித்து உயர்ந்த பார்வை கொண்டுள்ளதைக் காணலாம். கடவுள் நமது சரீரத்தைப் படைத்தது மட்டுமல்லாமல், அவரும் நம்மைப்போல சரீரத்தைக் கொண்ட மனிதனாக இவ்வுலகிற்கு வந்தார். மக்களின் உடல் சார்ந்த நோய்களையும் குணமாக்கினார். அவர்தம்

14

காயங்களால் நீங்கள் குணமடைந்துள்ளீர்கள் (1பேதுரு 2:24) என்று பரிசுத்த பேதுரு பகர்கின்றார்.

நீண்ட நாட்களுக்குப் பிறகு நாம் ஒருவரைச் சந்தித்தால் அவரைப் பார்த்து முதலில் நாம் கேட்பது நலந்தானா? என்றுதான். இப்போதெல்லாம் யாரும் இவ்வாறான கேள்விகளைக் கேட்பது இல்லையே? அப்படிக் கேட்டாலும் ஏதோ இருக்கிறேன் என்னும் தொய்ந்த குரல்தான் பதிலாக வருகிறது. காரணம் என்ன? நமது உடலில் ஏராளமான நோய்கள் வயது பேதமின்றி தொற்றத் தொடங்கியிருக்கின்றன. தொடக்கப்பள்ளி குழந்தைகள் கண்ணாடி அணிந்திருக்கிறார்கள். வாலிப வயதில் பல்லைக் கட்டி இருக்கிறார்கள். முப்பது வயதில் மாரடைப்பால் மரணிக்கிறார்கள். நாற்பது வயதிலே நடமாட முடியாமல் தடுமாறுகிறார்கள். உண்மையில் என்னதான் நடக்கிறது? எத்தனை ஆண்டுகளானாலும், எத்தனை அறிவியல் வளர்ச்சி வந்தாலும், எத்தனை ஆயிரம் கோடிகளைச் செலவிட்டாலும் மனித உடலைப் போல ஒன்றைச் செய்யவே முடியாது. அத்தனை அதிசயங்களைக் கொண்ட இந்த உடல், பிரமிக்கத்தக்க பிரமாண்டமாய்க் கடவுளால் உருவாக்கப்பட்டது.

ஒவ்வொரு நாளும் நம்மைச் சுற்றியுள்ள பல்லாயிரக்கணக்கான நோய்க்கிருமிகளோடும், மாசுபட்ட நுண்துகள்களோடும் நாம் தொடர்பு கொள்கின்றோம். இவை நமது உடலில் தொற்றிக் கொண்டு சில நேரங்களில் பல நோய்களுக்குக் காரணமாகின்றன. சுவாசக் குழாய் பகுதியில் ஏதேனும் தூள்பட்டால் தொடர் தும்மல் வந்து அதனை வெளியேற்றும். கண்ணில் தூசி விழுந்தால் உடனே கண்ணீர் சுரந்து தூசியை துரத்திவிடும். உணவுக்குழாயில் உடலுக்கு ஒவ்வாதன சென்றால் உடனே இருமல் வரும். அதைத்தாண்டி இரைப்பைக்குச் சென்றுவிட்டால் வயிற்றுப் போக்காக வெளியேறும். என்ன ஆச்சரியமான படைப்பு இது? இவற்றையெல்லாம் நாம் சற்றுகூட சிந்தித்துப் பார்க்காமல் உடலை நாம் மிக மோசமாக கையாளுவதன் விளைவுதான் பெருநோய்களின் பாதிப்பு. பகலில் நாம் செய்யும் அத்தனை உழைப்புகளுக்கும் ஓய்வு தந்து இரவில் நம்மை உறங்கச் செய்து விட்டு உறுப்புகளை சீரமைக்கும் பணியை உடல் மேற்கொள்கிறது. நல்ல தூக்கம் ஆரோக்கியத்திற்கு அவசியம் என்பதை அறிவீர்களா?

மூன்று வேளையும் தவறாது உணவு உண்பது நமது பழக்கமாகும். பசிக்கும் போது தேவையான அளவிற்கு மட்டும் சாப்பிடும்போது உணவு மருந்தாக மாறுகிறது. உடலின் தேவையை அறிந்து உண்ணும்போது அது நமது உடலில் உள்ள நோய்களை குறைப்பதற்கும் வழிவகை செய்கிறது. கொரோனாவிற்கு எதிரான போராட்டத்தில் நோய் எதிர்ப்பு சக்தியை அதிகரிக்கச் செய்யும் உணவு வகைகள் பற்றி அதிகமாக அறிந்திருக்கிறோம். அந்தப் பழக்கங்கள் அவசியம் தொடரவேண்டும். இயற்கை உணவுகள் தான் ஆரோக்கியமானவை என்பதை ஒருபோதும் மறக்க வேண்டாம். வீட்டில் அம்மாவும், பாட்டியும் சமைக்கும் அந்தச் சோறு எவ்வித வணிக நோக்கமும் இன்றி அன்பு கலந்த ஒன்றாக இருந்தது. அதனால் சுத்தமானதாகவும், ஆரோக்கியம் நிறைந்ததாகவும் இருந்தது. உயிர் வாழ்வதற்காக உணவைத் தேடி வேலைக்குப் போன நாம், இப்போது கண்டதைத்தின்றுவிட்டு மருத்துவமனைகளில் வரிசையாக நிற்கிறோம். அனைத்து மருத்துவமனைகளும் நோயாளிகளால் நிரம்பி வழிகின்றன.

பாரம்பரிய உணவு முறைகளைப் பற்றிப் பேசுவது இப்போது இழிவான ஒன்றாகக் கருதப்படுகிறது. ஆனால் நோய்களைச் சுமந்து திரிவது அவமானமாகப்படவில்லை. நம்முடைய பார்வைகளில் இருந்து தூரமே விலகி இன்னும் மலைகளில் வாழும் பழங்குடியினர்தான் உணவிலும், மருந்திலும், வாழ்வியல் முறையிலும் நமக்கு முன் மாதிரிகளாகத் தெரிகிறார்கள். நாமும் உடல் அறிவியலை அறிந்து வைத்திருத்தல் அவசியம். உடல் சொல்லும் நுட்பமான அறிவுறுத்தல்களைப் புரிந்து கொள்ளுதல் முக்கியம். அதோடு நாம் உண்ணும் உணவு என்ன? அது என்ன செய்யும் என்பதையெல்லாம் அறிந்து கொள்ளுதல் காலத்தின் கட்டாயம்! வேலை செய்வதைக் கௌரவக் குறைச்சலாகக் கருதி, முழுக்க முழுக்க கருவிகளையே நம்பி உடல் உழைப்பை அரிதாக்கிய அவலத்தை மாற்றிக் கொள்ளவேண்டும். உணவுப் பழக்கத்துடன் நாம் சிந்திக்க வேண்டிய சிறந்த பகுதி உடற்பயிற்சி அல்லது உடல் உழைப்பு. கடவுள் தந்த உடலை வாழ்நாள் முழுவதும் கச்சிதமாக வைத்திருப்போம். கூர்மை, அறிவு, கவனம், எளிமை, பொறுமை இவற்றைச் சமையலிலும், மருத்துவத்திலும் செலுத்தினால் நாம் நலமாக வாழ்வது எந்நாளும் கடினமில்லை!

*****

8. இயந்திர மனிதன்

அஞ்சத்தகு, வியத்தகு முறையில் நீர் என்னைப் படைத்ததால்,
நான் உமக்கு நன்றி நவில்கின்றேன் (தி.பா.139:14)

கடவுள் படைப்பின் மாபெரும் அதிசயம் மனிதன். 1970-ம்
ஆண்டு ஒரு மனித உடலை உருவாக்குவதற்கு அறிவியல் ரீதியாக
எவ்வளவு செலவாகும் என்பதை கணக்கிட, அமெரிக்க நாட்டிலுள்ள
ஏல் பல்கலைக்கழக மருத்துவ அறிவியல் நிபுணர் ஹாரோல்ட் ஜே.
மோரோவிட்ஸ் முயன்றார். உயிருள்ள உடலை வடிவமைப்பதற்குத்
தேவையான புரதம், செரிமான நீர்,ஆர்.என்.ஏ., டி.என்.ஏ., அமினோ
அமிலம், எலும்பு போன்ற பொருட்களின் விலை மதிப்பையும் அவற்றை
ஒன்றிணைப்பதற்கு எவ்வளவு செலவாகும் என்பதையும் அவர்
கணக்கிட்டார். இவ்வாறு உருவமைப்பதற்கு மட்டும் கிட்டத்தட்ட 1800
கோடி ரூபாய்கள் செலவாகும் என்றும், அதனைத் தானாக இயங்கக்கூடிய
ஒரு சரீரமாக மாற்றுவதற்கு இயலாது என்றும் தனது ஆய்வு முடிவை
வெளியிட்டார். இதைக் குறித்து அறியும்போது கடவுளின் கரத்தின்
கிரியைப்பார்த்து வியந்து நிற்கிறோம். கடவுளின் திட்டமிடல் இல்லாமல்
சிக்கலான மனிதனின் செல்களும், உறுப்புகளும் உருவாவதற்குச்
சாத்தியமே இல்லை என்பதை உலகளாவிய உயிரியல் அறிஞர்கள்
ஒத்துக் கொள்கின்றனர்.

முதலாவது இரண்டு செல்களாக இணையும் கரு, பின்பு
பலவாகப் பிரிந்து, எந்த செல் கண்ணாக, மூக்காக, காதாக, ஈரலாக,
இதயமாக, சிறுநீரகமாக, எலும்பாக எப்போது எப்படி மாறவேண்டும்
என்பது போன்ற துல்லியமான தகவல்களை டி.என்.ஏ. மூலக்கூறுகள்
அடக்கி வைத்துள்ளன. அது தொடர்பான கூடுதல் விபரங்கள்
தற்போதுதான் மரபணுக்களை நிரல்படுத்தும் பணியின் காரணமாக
வெளி உலகிற்குத் தெரிய வந்துள்ளது. அப்படிப் பார்க்கும்போது
ஒவ்வொரு மூலக்கூறும் 1600 பக்கங்கள் கொண்ட புத்தகத்திற்குச்
சமமானது என அறிய முடிகிறது. ஒரு பக்கம் கூட தாமாக அமைவதற்கு
வாய்ப்பில்லாதபோது, 1600 பக்கங்களுக்கான தகவல்களை ஒரு டி.என்.ஏ.
மூலக்கூறுக்குள் பொதிந்து வைத்திருக்கும் செயல் தற்செயலாக
நடைபெறுவதற்கு வாய்ப்பே இல்லை. நுண்ணிறிவு படைத்த கடவுள்

வடிவமைத்ததால் தான் இது சாத்தியம் ஆனது. தற்போதைய நவீன மரபணு ஆய்வு முடிவுகளிலிருந்து நுண்ணறிவு வடிவமைப்புக் கொள்கை (Theory of Intelligent design) தோன்றியுள்ளது. அதாவது நுண்ணறிவு கொண்ட கடவுள்தான் உலகில் மனிதனையும், மற்ற உயிரினங்களையும் படைத்தார் என்பதுதான் இதன் சாராம்சம்.

அதிசயமாக வியத்தகு முறையில் வடிவமைக்கப்பட்ட மனிதனின் வரைமுறையற்ற நுகர்வியல் கலாச்சாரத்தால் சுயகட்டுப்பாடு வீழ்ச்சி அடைகிறது. ஆன்மீகமும் நாள்பட நலிவடைகிறது. இப்போது மனித வாழ்வே இயந்திர மயமாகிவிட்டது. இன்று இயந்திரங்கள் இல்லாத உலகை நாம் நினைத்துப்பார்க்க முடியாது. பல வீடுகள் தேவையற்ற பொருட்களின் மிகுதியினால் குப்பைமேடுகளாக காட்சி அளிக்கின்றன. நம்மால் செய்யக்கூடிய எந்த வேலைக்கும் இயந்திரங்களைப் பயன்படுத்தக்கூடாது. ஆசைக்காக நாம் பொருட்களை வாங்குவதை விட்டு விட்டு அவசியப்பட்டால் மட்டுமே வாங்க வேண்டும். அதே போன்று நம்மிடம் அதிகமாக இருப்பதைப் பிறரோடு பகிர்ந்து கொள்ளும்போது தான் நிறைவும் மகிழ்ச்சியும் ஏற்படும். அன்றாட வாழ்வில் எளிமை, கட்டுப்பாடு, ஈகை ஆகிய நற்பண்புகளைக் கடைப்பிடிக்க வேண்டும். இந்த மகத்தான ஆன்மீக சிந்தனையை ஒட்டு மொத்த மனித குலமும் மகிழ்ச்சியாக கொண்டாட வேண்டும். இல்லையெனில் சுயநல அணுகுமுறையால் அனைவரும் துன்பமான விளைவுகளை எதிர்கொள்ள நேரிடும்.

*****

9. பூத்துக்குலுங்கம் பூவுலகம்

அசுர வேகத்தில் வளர்ந்து வரும் மக்கள் தொகையும், அதற்கு இணையாக மாறிவரும் பொருளாதாரச் சூழலும், இயந்திர மயமாக்கல், நகர மயமாக்கல், நவீன மயமாக்கல் போன்றவையும் இறைவன் தந்த இயற்கையைக் கறைப்படுத்தி வருகின்றன. சுற்றுப்புறச்சூழல் நாளுக்கு நாள் கெட்டு வருகிறது என்ற அபாயக்குரல் எங்கும் ஒலிக்கிறது. இந்தச் சீரழிவிற்குக் காரணம் இயற்கையால் ஜீரணிக்க முடியாத அளவிற்குக் கழிவுப்பொருட்கள் ஒரே நேரத்தில் காற்றிலோ, நீரிலோ, நிலத்திலோ, உணவிலோ கலந்து இயல்பான இயற்கை நிலையை மாசுபடுத்துவதுதான்.

இயற்கையைப் பொறுப்பற்ற முறையில் பயன்படுத்துவதால் ஆறுகள் அழுக்காகின்றன. குளங்களும், சுனைகளும் ஏரிகளும், அருவிகளும் காணாமல் போகின்றன. கடற்கரைகள், அழிந்துவருவதால் இயற்கையான பொழுதுபோக்கிற்கு வாய்ப்பு இல்லாமல் ஆகிறது. நகர்ப்புற மோகத்தால் வாழ்விடம் சுருங்குகிறது. வாகனம் விடும் இடத்தில் பற்றாக்குறை ஏற்படுகிறது. போக்குவரத்து நெரிசலால் நேரம் விரயமாகிறது. ஓய்வுநேரம் குறைந்து மன உளைச்சல் உண்டாகிறது. வாழ்க்கை மீது விரக்தியும், அதிருப்தியும் தோன்றுகிறது. இதற்கு மாற்று வழியைக் கண்டறிய வேண்டிய காலம் நெருங்கிவிட்டது.

திருமறை ஆசான்கள் இதற்கு ஏற்கனவே வழிகாட்டியிருக் கிறார்கள். திருமறைப் பார்வையில் மனிதன் படைக்கப்பட்டதே இந்த உலகைப் பராமரிக்கத்தானே தவிர, பாழாக்க அல்ல. மானிடரை நம் உருவிலும், நம் சாயலிலும் உண்டாக்குவோம். அவர்கள் கடல் மீன்களையும், வானத்துப் பறவைகளையும் கால்நடைகளையும், மண்ணுலகு முழுவதையும், நிலத்தில் ஊர்வன யாவற்றையும் ஆளட்டும் என்றார் (தொ.நூ.1: 26). இறையரசின் முதல் கோட்பாடே கீழே விழும் சிட்டுக்குருவி கூட கணக்கில் கொள்ளப்படும் என்பதை உணர்த்துகிறது (மத். 10: 29) வானத்துப் பறவைகளையும், மலர்களையும் கூட கடவுள் பராமரிக்கிறார் என்று இயேசு வெளிப்படுத்துகிறார் (மத்.6:26-30).

திருமறையும் இயற்கையும் உலகை ஒரே கோணத்தில்தான் பார்க்கின்றது. மனித குறுக்கீடுகளுக்குப் பிரதிபலன் உண்டு என்று உணர்த்துகிறது. இயற்கையைக் காப்பதற்கும், பேணி வளர்ப்பதற்கும் அதில் இறைமையைக் கலக்கவேண்டும். அப்பொழுதுதான் இந்த இயற்கை அழிவில் இருந்து மிஞ்சும். பாலைநிலமும் பாழ் வெளியும் அக மகிழும். பொட்டல் நிலம் அக்களிப்படைந்து லீலிபோல் பூத்துக்குலுங்கும். ஆண்டவரின் மாட்சிமையையும் நம் கடவுளின் பெருமையையும் இயற்கையில் நாம் காண்போம்.

*****

10. உழைப்போம் உயர்வோம்

உழைப்பு என்பது அனைவருக்கும் பொதுவான ஒன்று. உழைப்பில் பாகுபாட்டிற்கு ஒருபோதும் இடம் இல்லை. இன்றைய இளைய தலைமுறையினருக்கு உழைக்க மனதில்லை. அநேக இளைஞர்களுக்கு உழைப்புக்கேற்ற ஊதியம் இல்லை. பெரும்பாலான படித்த இளைஞர்கள் அரசியலிலும், மதவாதங்களிலும் சிக்கி உழைப்பை மறந்து வாழ்வை இழந்து நிற்கிறார்கள்.

தொழிலின் மேன்மையை உணர்த்த 'செய்யும் தொழிலே தெய்வம்' என்று நம் முன்னோர்கள் சொன்னார்கள். தொழில் செய்து நலிந்து வாழ்வை இழந்தவர்கள் இதை நம்புவார்களா? செய்யும் தொழில் தெய்வம் என்றால் நஷ்டம் என்பது வரக்கூடாதே! ஆகவே தொழிலைக் குறித்து நமதாண்டவர் உரைப்பதை ஆராய்வோம். அவர் சொல்லும் வழியில் தொழில் செய்து வளமாக வாழ்வோம்.

உடலால் உழைப்பவன் தொழிலாளி. மூளையால் உழைப்பவன் அறிவாளி. உடல், மூளை இரண்டையும் ஈடுபடுத்தி உள்ளத்தால் உழைப்பவன் கலைஞன்.

'தந்தையார் செய்த தச்சுத் தொழிலையே தனயனும் செய்தாரே
தங்க உழவர்கள் உழுதிட கலப்பைகள் செய்து கொடுத்தாரே'.

என்ற பாடல் வரிகள் இயேசுவை ஒரு உழைப்பாளியாக நம் முன் நிறுத்துகிறது.

திருமறை உழைப்புக்கு அதிக முக்கியத்துவம் தருவதாலும் இயேசுவின் தந்தை யோசேப்பு ஓர் சிறந்த உழைப்பாளராக உலகில் வாழ்ந்ததாலும் கிறிஸ்தவம் பெருமை பெறுகிறது. திருமறை முழுவதிலும் நம் உழைப்புக்கு அனல்மூட்டும் அற்புதவரிகள் சிதறிக்கிடக்கின்றன. அவை தொடர்ந்து உழைப்பைக் குறித்து நமக்குப் போதிக்கின்றன. ஆனால் ஆன்மீகம் என்ற போர்வையில் அவற்றை அடக்கி விடுகிறோம்.

'உழவினார் கைம்மடங்கின் இல்லை விழைவதூஉம் விட்டோம் என்பார்க்கும் நிலை' என்ற குறள் வரிகளின் பொருள் என்னவென்றால் உழவருடைய கைகள் தொழில் செய்யாவிடில் துறவியர்களுக்கும் வாழ்வு இல்லை என்பதாகும். ஆகவே உலக மக்களுக்கு உணவளிக்கும் உழவர் பெருமக்களின் உள்ளம் குளிர உரிய முயற்சிகள் மேற்கொள்ளப்பட வேண்டும் உழவர்கள் சேற்றில் கால் வைக்காவிடில் நாம் சோற்றில் கை வைக்க முடியாது.

முதலாளி, தொழிலாளி உறவைக் குறித்து இயேசு ஒரு சிறப்பான சிந்தனையை உவமானமாகச் சொன்னார் (மத். 20 : 1-16). அந்தச் சம்பவத்தை வைத்துதான் கவியரசு கண்ணதாசன் ஆண்டவன் உலகத்தின் முதலாளி அவனுக்கு நானொரு தொழிலாளி என்ற வரம்பெற்ற பாடலைத் திரையுலகுக்கு வடித்துக் கொடுத்தார்.

திருமறையின் திருப்பாடலில் உமது உழைப்பின் பயனை நீர் உண்பீர் (தி.பா.128:2) எனக் குறிப்பிடப்பட்டுள்ளது. இதன்பொருள் என்ன? நாம் சாப்பிட வேண்டுமென்றால் சாப்பாட்டையும் மறந்து அன்றாடம் உழைக்கவேண்டும். படைப்பின் தொடக்கமே உழைப்பில் தொடங்குகிறது. ஏதேன் தோட்டத்தைப் பண்படுத்தவும் பாதுகாக்கவும் ஆண்டவர் மனிதனை அங்குக் குடியிருக்கச் செய்தார் (தொ.நூ. 2: 15)

இதே கருத்தைப் பரிசுத்த பவுல் அடிகளார் அன்று தம் சபை மக்களிடம் உறுதியாக உரைத்ததை உற்று கவனியுங்கள். உழைக்க மனமில்லா எவரும் உண்ணலாகாது. (2 தெச.3:10). எந்த வேலையும் செய்யாமல் சோம்பேறிகளாய் சுற்றித்திரிந்து பிறர் வேலையில் குறுக்கிடுபவர்களையும் அவர் கடிந்து கொள்கிறார். உழைப்பை மதிக்கும் ஆண்டவர், முதலாளி-தொழிலாளி உறவுகள் பற்றியும் உவமானத்தால் உணர்த்தியுள்ளார்.

ஒரு உழைப்பாளி பிரகாசமுள்ள வாழ்வைப் பெறுவதற்கு கடமைக்காக அல்ல, கடுமையாக உழைக்க வேண்டும். அறிவு சார்ந்த உழைப்பு ஆதாயத்தையும் ஆனந்தத்தையும் தரும். நம் வளர்ச்சி பேச்சினால் அல்ல, செயலினால் என்பதையுணர்ந்து நேர்மையான கூலியைப் பெறுவதற்கு நம்மைத் தரம் உயர்த்திக் கொள்ளவேண்டும்.

முதலாளி தொழிலாளி உறவு மிகவும் உணர்வுப் பூர்வமானது. ஒரு நாட்டின் உயர்வே இந்த உறவில்தான் உருவாகிறது. உழைப்பவர்களை உற்சாகப்படுத்தி சமமாக மதிக்கும்போதுதான் ஒரு கூட்டு முயற்சி உருவாகும். உழைப்பவர்களின் நியாயமான கூலியை நிராகரிக்கக் கூடாது.

உழைப்பவரிடம் போதுமான சாப்பாடு இருக்கலாம் அல்லது இல்லாதிருக்கலாம். ஆனால் அவருக்கு நிம்மதியான தூக்கமாவது இருக்கும். செல்வரது செல்வப் பெருக்கே அவரைத் தூங்கவிடாது (ச.உ. 5:12).

*****

11. பணவேட்டை

பண ஆசையே எல்லாத் தீமைகளுக்கும் ஆணிவேர் (1தீமோ. 6:10)

இவ்வுலக வாழ்க்கைக்குப் பணம் மிகவும் அவசியமானது. ஆனால் பண ஆசை மகா மோசமானது. பண வேட்டையில் இறங்கி வாழ்க்கையைக் கோட்டை விட்டுக் கொண்டிருக்கும் கேடான காலகட்டத்தில் வாழ்ந்து கொண்டிருக்கிறோம். மனித ஆசைகளை மண்ணாசை, பெண்ணாசை, பண ஆசை என வகைப்படுத்துவார்கள். மண்ணிலிருந்து உருவாக்கப்பட்ட நமக்கு இயற்கையிலேயே மண்மீது ஒரு பற்று இருப்பது இயல்பானது. அது போலவே பெண்ணிடம் பிறந்த நமக்குப் பெண் மீது ஒரு பாசம் இருப்பது இயற்கையானது. ஆனால் பண ஆசையோ அனைத்து தீமைகளுக்கும் ஆணிவேராக அமைந்து விடுகிறது. அந்த ஆசையினால் அநேகர் ஆண்டவரை மறந்து "காசே தான் கடவுளடா" என கூப்பாடு போடுகின்றனர்.

பணம் பத்தும் செய்யும். பணம் பாதாளம் வரை பாயும், பணமில்லாதவன் பிணம், பணம் என்றால் பிணமும் வாய் திறக்கும் என்பதெல்லாம் பணத்தைப் பற்றிய பழமொழிகள். இதனால் இன்றைய தலைமுறையினர் திரைகடல் ஓடியும் திரவியம் தேடும் முயற்சியில் தீவிரமாய் இறங்கியுள்ளனர். காலமே காசு என்பதைக் கருத்தில் கொண்டு காலமெல்லாம் காசு வேட்டையில் ஈடுபட்டுக்கொண்டிருக்கிறார்கள். இவர்களெல்லாரும் இவ்வுலக வாழ்க்கையை இனிதாக அனுபவிக்காமல் பண்பற்ற முறையில் அடிமைப்பட்டுக் கிடப்பதை நினைக்கும் போது நெஞ்சு கனக்கிறது. பண ஆசை வெறியாக மாறிவிட்ட நிலையில், பணத்தைக் கொண்டு மரணத்தைத் தடுத்து நிறுத்திட முடியவில்லை. மரித்த பிறகு நமது நல்ல செயல்களேயன்றி, சல்லிக்காசு கூட நம்மோடு வருவதில்லை. பணத்தின் மீதுள்ள பேராசையால் மனிதர்கள் பேய்களாக மாறி வருகின்றனர்.

இவ்வுலகில் செல்வர்களாய் இருப்பவர்கள், நிலையில்லாச் செல்வத்தை நாடாமல், நிறைவாழ்வை அளிக்கும் கடவுளை மட்டுமே தேடவேண்டும் என வேதம் வலியுறுத்துகிறது. மிகப்பெரிய செல்வச்சீமானாக விளங்கிய ஆபிரகாம் தனது செல்வத்தின் மேல் நம்பிக்கை வைக்கவில்லை. தன்னை அந்நியனும், பரதேசியும் என்று அறிக்கையிட்டு இந்த பூமிக்குரியதையல்ல, பரத்துக்குரியதையே நாடினார். கடவுள் மேலும் மேலும் அவருக்குச் செல்வத்தைக் கொடுத்தார். செல்வத்திற்காக அல்லும் பகலும் அலைந்து திரிபவர்கள் ஆண்டவர்

தந்ததிலே முதலில் திருப்தியடைய வேண்டும். குறுக்கு வழியிலே, அடுத்தவர் பணத்தைப் பறிப்பதிலே, குறியாய் இருக்கக்கூடாது. உழைத்து வாழவேண்டுமே தவிர ஒருபோதும் அடுத்தவர் உழைப்பை உறிஞ்சி வாழக் கூடாது. பணபலத்தால் உடல்நலத்தை ஒருநாளும் பெற்றுக்கொள்ளமுடியாது. இப்படியிருக்க பாடுபட்ட பணத்தைப் பதுக்கி வைக்கும் கேடுகெட்ட மானிடர்கள் பரிதாபத்திற்குரியவர்கள்.

பணத்திற்கு ஆசைப்படுவது தவறா? உலகின் நிகழ்வுகளுக்கு எல்லாம் ஆசையே காரணம். ஆசைப்படாமல் எந்தக் காரியத்தையும் நாம் செய்வதில்லை. நம் பெற்றோர்கள் ஆசைப்படாமல் நாம் பிறந்திருக்கவே முடியாது. ஆசைகள் பேராசையாக மாறும்போது பல பிரச்சனைகளுக்கு காரணமாகிறது. இன்று உலகில் நடைபெறும் பெரும்பாலான போலித்தனங்களுக்கும், போராட்டங்களுக்கும், போர்களுக்கும் பண ஆசையே அடித்தளமாக இருக்கிறது. பணத்தின் மீதுள்ள பற்றுதலை விட்டுவிட்டால்தான் பரலோகம் நம் வசமாகும் என்பதை இயேசு எளிதாக புரிய வைத்தார். ஊசியின் காதில் ஒட்டகம் நுழைந்தாலும் பணக்காரர்கள் பரலோகம் சேருவது அரிது என்பதை உவமை மூலம் படம் பிடித்துக் காட்டினார். எருசலேமுக்கு வரும் வியாபாரிகளின் ஒட்டகமானது ஊசித்துவாரம் எனப்படும் வாசல்வழியாக நுழைந்து பட்டணத்துக்குள் செல்ல வேண்டுமானால் சுமையை முதலில் கீழே இறக்க வேண்டும். இதேபோன்று விண்ணகம் என்னும் பட்டணத்துக்குள் நுழையவேண்டுமென்றால் பண ஆசை என்னும் சுமையை இதயத்திலிருந்து இறக்கி வைக்க வேண்டும்.

நமது கையைத் திறந்து ஏழைகளுக்குக் கொடுத்தால் அது கடவுளின் கணக்கில் இருக்கும். அவர்களைக் கண்டும் காணாதது போலிருந்தால் சாபங்கள் நம்மைத் தேடிவரும். ஆடம்பரமாக வாழ்ந்து வந்த பணக்காரனுடைய வாசல் அருகே பரம ஏழையான லாசரு பரிதாப நிலையில் இருந்தான். பசியால் வாடிய லாசரு, பணக்காரன் போடும் எச்சில் துண்டுகளுக்காக, நாய்களோடு போட்டிபோட்டு, கிடைக்கும் உணவை உண்டு மகிழ்வான். பரலோகம் அதைப் பார்க்கத் தவறவில்லை. லாசரு இறந்தபோது வானதூதர் அவனைத் தூக்கி மகிழ்ச்சி என்னும் விண்ணகத்தில் சேர்த்தனர். ஆனால் பணக்காரன் நரகம் என்னும் இறந்தோர் உலகில் துன்புற்றான். ஆடம்பர வாழ்க்கை துன்பத்துக்கும், எளிய வாழ்க்கை இன்பத்துக்கும் இட்டுச்செல்லும் என்பதை இதன்மூலம் அறிந்துகொள்ளலாம். "எளியமனத்தோர் பேறுபெற்றோர். ஏனெனில் விண்ணரசு அவர்களதே."

*****

23

12. சூழியல் சுதந்திரம்

ஆண்டவர் படைத்த அற்புத உலகில் பல முறைகளிலும் சிறந்த வாழ்க்கை நடத்திய மனிதன் இன்று தனது வரம்பு மீறிய பேராசையினாலும், நுகர்வு கலாச்சாரத்தினாலும், விஞ்ஞான மோகத்தினாலும் தன்னையும் அழித்துக்கொண்டு இயற்கையையும் சீரழித்து வருகிறான். அதோடு சுற்றுச் சூழலைத் துன்புறுத்தி அதன் மீது வன்முறைத் தாக்குதலை ஏவி வருவது வருத்தத்திற்குரியது. சுற்றுப்புறச்சூழலில் காற்று மாசுபட்டுள்ளது. நிலம் நஞ்சாக மாறிவருகிறது. நீர் நிலைகள் சுருங்கிக் கொண்டிருக்கிறது. காடுகள் அழிக்கப்படுகின்றன. கடல்வாழ் உயிரினங்கள் கொள்ளை போகின்றன. எங்கும் செயற்கை, எதிலும் செயற்கை என்ற நிலை இப்போது ஏற்பட்டுள்ளது. இதனால் இறைவன் நமக்கு அருங்கொடையாகத் தந்த இயற்கை செத்துக் கொண்டிருக்கிறது.

மனிதன் ஆயுள் முழுவதும் ஆரோக்கியமாக உயிர்வாழ சுற்றுப்புறச் சூழல் சுத்தமாக இருத்தல் மிகவும் அவசியம். நாம் சுவாசிக்கும் காற்று,அருந்தும் நீர், உண்ணும் உணவு, வாழும் இடம், புறச்சூழல் உறவுகள் எல்லாம் சுத்தமாக இருக்க வேண்டும். இதைத்தான் "சுத்தம் சோறு போடும்" என்றார்கள். அக்காலத்தில் மக்கள் தொகை மிகக் குறைவாக இருந்ததாலும், மரஞ்செடி கொடிகள் அதிக அளவில் இருந்ததாலும் ஆரோக்கியத்திற்கு அடிப்படையான அனைத்தும் நமக்கு அபரிமிதமாகக் கிட்டின. எனவே நோய் நொடிகளின் தாக்கம் நமது கட்டுப்பாட்டுக்குள் இருந்தது. "நோயற்ற வாழ்வே குறைவற்ற செல்வம்" என்பதை அனைவரும் உணர்ந்து அதற்கேற்ப வாழ்ந்தனர். "உணவே மருந்து மருந்தே உணவு" என்பதை வாழ்க்கை முறையாகக் கடைப்பிடித்து வந்தனர். காலையில் பல் துலக்குதல் முதல் மாலையில் படுக்கும் வரை மூலிகைகள் மனிதனுக்கு பயன்பட்டன. இயற்கை இடையூறின்றி இருந்தது.

மனிதன் ஒரு சமூகப் பிராணி. எந்த ஒரு மனிதனும் இவ்வுலகில் தனித்து இயங்கிட இயலாது. எனவே, அவன் இல்லறத்தின் வழி நின்று முன்னோர்கள் வகுத்த பாதையில் மனமகிழ்ச்சியோடு வாழ அவனுக்கு இயற்கை உறுதுணையாக நிற்கிறது. இயற்கையோடு நாம் கைகோத்து வாழும்போது எங்கும் எதிலும் நிறைவு நிகழ்கிறது. அன்று தனக்குத் தேவையானவற்றை மட்டும் இயற்கையிடமிருந்து மனிதன்

பெற்று எத்துன்பமும் இல்லாது மனநிறைவுடன் வாழ்ந்தான். தான் பெற்றதைத் தானமும் செய்து தனக்குத்தானே மகிழ்ச்சியைத் தேடிக் கொண்டான். இயற்கையைப் பொறுத்தவரையில் "நான் உனக்காக நீ எனக்காக" என்ற தத்துவம் தழைத்தோங்கியது.

மனிதன் இறைவனோடும் இயற்கையோடும் ஒட்டி உறவாடி வாழ்ந்ததால் வறுமையின்றி வாழ்க்கை செழிப்பாக இருந்தது. மனிதனுக்குத் தேவையான அனைத்தையும் இயற்கை குறைவின்றி வாரி வழங்கியது. நிலத்தை அகழ்ந்து தங்கம், வெள்ளி, இரும்பு, நிலக்கரி, பெட்ரோல் பெற்றுக் கொண்டான். கடலுக்கடியில் கணக்கிலடங்காச் செல்வமிருப்பதைக் கண்டு கொண்டான். மலைகளிலிருந்து மகத்தான மூலிகைகளைக் கவர்ந்து வந்தான். காற்றிலிருந்து மின்சாரத்தைக் கண்டுபிடித்தான். கால்நடைகளை நெருங்கிய நட்பாக்கிக் கொண்டான். அக்கால மக்கள் ஒழுக்கத்தில் சிறந்து விளங்குவதற்குச் சூழியல் சிந்தனைகளும் இயற்கை உறவுகளும் உதவின. மனிதன் ஒற்றுமை உணர்வோடு வாழ்ந்ததை "ஒன்றுபட்டால் உண்டு வாழ்வு" என்ற வரிகள் நமக்கு உணர்த்துகின்றன.

இயற்கை முழுவதிலும் இறைவன் இருக்கிறார். இறையுணர்வு இல்லாமல் எதையும் சாதிக்க முடியாது. இதைக் கருத்தில் கொண்ட நமது முன்னோர்கள் "கோயில் இல்லாத ஊரில் குடியிருக்க வேண்டாம்" என்றும் "ஆலயம் தொழுவது சாலவும் நன்று" என்றும் நமக்குக் கற்றுத் தந்தனர். இயற்கையில் இறையம்சம் நிரம்பியிருப்பதாகக்கருதி வாழ்ந்தனர். காட்டுமரங்களையும், ஓடும் நதிகளையும், கதிரவன் ஒளியையும், வட்டமிடும் பறவைகளையும், வனத்தில் திரியும் விலங்குகளையும் பேணி வாழ்ந்தனர்.

சூழியல் சுதந்தரம் பெறுவதற்கான மாற்று வழிதான் என்ன? முழுமையான சூழியல் சுதந்தரம் பெறுவதற்கு நமது முன்னோர்கள் வாழ்ந்த, இயற்கையோடு இணைந்த வாழ்க்கையை வாழக் கற்றுக்கொள்ள வேண்டும். எல்லாவற்றிற்கும் மேலாக மனிதன் இருப்பதை வைத்துக்கொண்டு, தேவைக்கு உரியதை மட்டும் எடுத்துக்கொண்டு, வருங்கால சந்ததியினருக்கும் வளங்களைச் சேமித்து வைக்க கற்றுக்கொண்டால் சூழியல் சுதந்தரத்தை அனைவரும் அனுபவித்து மகிழலாம். அழிப்பதும் அழிவதும் அல்ல வாழ்க்கை. வாழ்வதும் வாழ்விப்பதும் தான் வாழ்க்கை. இதில்தான் சூழியல் சுதந்தரம் மலரும்.

*****

13. ஆரோக்கியத்தின் இரகசியம்

நம்முடைய உடல் என்பது இறைவன் தங்குகின்ற ஆலயம் என வேதம் சொல்லுகிறது (1 கொரி. 3: 16). இறைவன் குடியிருக்கும் நமது சரீரம் எப்போதும் அழகாகவும் ஆரோக்கியமாகவும் இருக்க வேண்டியது இன்றியமையாதது. ஒருசிலர் உடலுக்கு முக்கியத்துவம் தராமலிருப்பதையும், உடல்நலனில் அக்கறை செலுத்தாமலிருப்பதையும் பக்தி என எண்ணுகின்றனர். கடவுளுக்கு நாம் பயன்படவும், கடவுள் அரசாட்சியை நிலை நாட்டவும் உடல்நலம் மிகவும் முக்கியம்.உடல் ஆரோக்கியத்தை அலட்சியம் செய்துவிட்டு எந்தக் காரியத்தையும் நாம் பெரிதாக சாதித்துவிட முடியாது. உடல்நலம் குன்றியவர்களிடம் அமைதியின்மை, மகிழ்ச்சியின்மை, நிறைவின்மை, அதிருப்தி, சலிப்பு, குற்றச்செயல்கள் போன்றவை எளிதாகத் தொற்றிக்கொள்ளும். எனவே உடல் ஆரோக்கியத்திற்கு அத்தியாவசியமாக பின்வரும் காரியங்களைத் தெரிந்து கொள்வோம்.

உடலை ஆரோக்கியமாக வைத்திட சரியான சரிவிகித உணவை நாம் சரியான நேரத்தில். சாப்பிடவேண்டும். நாம் எவ்வளவு சாப்பிடுகிறோம் என்பதைவிட. எப்படிப்பட்ட உணவு வகைகளைச் சாப்பிட வேண்டும் என்பதில் திட்டம் வேண்டும். சுவைக்கு மட்டும் முக்கியம் தராமல் சத்தானதும் சரியானதுமான சத்துணவுக்கு முதலிடம் தரவேண்டும். உடல் எடை, செய்யும் வேலை,பாதித்துள்ள நோய்கள் ஆகியவற்றைக் கருத்தில் கொண்டு அதற்கேற்ப உணவுப் பொருட்களைத் தெரிந்து கொள்ள வேண்டும். வாய்க்கட்டுப்பாடு இல்லாவிட்டால் உடல் கட்டுக் கோப்பாயிராது.உணவு என்பது வயிற்றை நிரப்புவதற்காக அல்ல; உடலை ஆரோக்கியமாக வைப்பத்தற்கும், செவ்வையாய் செயல்படச் செய்வதற்கும், ஓடியாடி உழைப்பதற்கும் உரியது என்பதை ஒருபோதும் மறந்துவிடவேண்டாம்.

எவ்வளவுதான் நல்ல உணவுகளை உட்கொண்டாலும், எப்படித்தான் உடல்நலனில் அக்கறை காட்டினாலும் உடலைச் சரியாக இயக்காவிடில் ஆரோக்கியமாக வாழ்வது கடினம். முகத்தின் வியர்வை நிலத்தில் சிந்த பாடுபட்டு உழைப்பதற்கு உடலை அனுமதிக்கவேண்டும். இருந்த இடத்தில் இருந்து கொண்டு உடல் ஆரோக்கியத்தை ஒருபோதும் பெற்றுக்கொள்ளமுடியாது. உடலுக்கும், உடல் உறுப்புகளுக்கும் உரிய

அசைவுகளையும் வேலைகளையும் அன்றாடம் கொடுக்கவேண்டும். அப்படிச் செய்வதால் உடலின் வடிவம் அழகுற அமைவதுடன் ஆரோக்கியம் மேம்படும். மூளை, இதயம், இரத்த ஓட்டம், எலும்பு, நரம்புகள், தசை, திசு என எந்த ஒரு உடல் சார்ந்த பாகங்களும் போதுமான பயிற்சிகள் வழியாகவே அவற்றின் வேலைகளை கச்சிதமாகச் செய்யும். போதிய உடல் உழைப்பு இல்லாதவர்கள் கட்டாயம் உடற்பயிற்சிகளில் ஈடுபடவேண்டும்.

தேவையான நேரம் ஓய்வு எடுக்காதவர்கள் தொடர்ந்து உருப்படியாக உழைக்க முடியாது. ஓய்ந்திருக்கத் தெரியாதவர்கள் சரியாகச் சிந்திக்க இயலாதவர்களாயிருப்பார்கள். கடுமையாக உழைக்கப் பழகுவதைப் போன்று முறையாக ஓய்வெடுத்து இளைப்பாறவும் பழகவேண்டும். ஒருவர் சரியாகவும், சீராகவும் சிறப்பாகவும் செயல்படத் தகுதியாயிருக்கின்ற ஒரு நிலையை ஆரோக்கியமாயிருத்தல் என்று கூறலாம். உடல் ஆரோக்கியத்திற்கு ஓடியாடி உழைப்பது எப்படி முக்கியமோ அதே போன்று போதுமான அளவு ஓய்வு எடுப்பது மிகவும் அவசியம். பழைய ஏற்பாட்டில் ஏழு நாட்களில் ஒருநாள் வேலையின்றி ஓய்ந்திருக்க வேண்டும் என்று இறைக்கட்டளை கொடுக்கப்பட்டுள்ளது. தினமும் 8 மணிநேரம் தூங்குவதுதான் ஆரோக்கியத்திற்கு உகந்தது. தூங்கும் நேரத்தை மிச்சப்படுத்த நினைப்பவர்கள் பின்னர் அதை மருத்துவமனைகளில்தான் செலவு செய்ய நேரிடும்.

"மனநலன்கள் சரியானால் மந்திரங்கள் தேவையில்லை" என்பது பொன்மொழி. சிலர் மிக நேர்த்தியான சரியான உணவு வகைகளை ஆரோக்கியத்திற்கு ஏற்றவிதமாகவே உண்கின்றனர். அவர்கள் உடற்பயிற்சி செய்யாமல் ஒரு நாளைக்கூட கடக்கமாட்டார்கள். ஓய்வு எடுப்பதிலும் குறைபாடு எதுவும் வைக்கமாட்டார்கள். ஆயினும் அவர்களுக்கு நோய்கள் வரக்காரணம் உடலையும் உள்ளத்தையும் சரிவிகிதத்தில் வைக்கத்தவறியதே ஆகும். மனநிலையைச் சரியாக வைக்கத் தவறிவிட்டால் மனநோய் நம்மை ஆட்டிப்படைக்கத் தொடங்கி விடும். மனநோய்க்கு மருத்துவங்கள் கிடையாது என்பதை மட்டும் மறந்துவிடவேண்டாம். மனம் எப்படியிருக்கிறதோ அப்படியே உடலின் ஆரோக்கியம் இருக்கும் என்பதில் மறுப்பேதுமில்லை.

*****

14. பூமிக்கு காய்ச்சல்

தொடக்கத்தில் கடவுள் தாம் படைத்தவற்றைக் குறித்து மட்டற்ற மகிழ்ச்சி அடைந்தார். படைப்புகளும் ஒன்று சேர்ந்து கடவுளைத் துதித்துக் கொண்டிரு க்கின்றன படைப்பாளருக்கும் படைப்புகளுக்கும் இடையே மிக நெருங்கிய தொடர்பு உண்டு என்பதை நாம் மறுக்க முடியாது.

"படைத்தான் படைப்பெல்லாம் மனுவுக்காக – மனுவைப் படைத்தான் தன்னை வணங்க" -என்னும் பழந்தமிழ்ப் பாடல் இதனைத் தெளிவுப்படுத்துகிறது. கடவுளின் படைப்பைச் சுரண்டும் பொழுதும், அழிக்கும்பொழுதும் இயற்கையின் பேரழிவுக்குள் நாம் அகப்பட்டுக் கொள்வோம். அப்படிப்பட்ட ஒரு அபாய கட்டம், புவிசூடேற்றம் மூலம் தற்போது அரங்கேறிவருகிறது.

"மண்வளமே பயிர்வளம் - பயிர்வளமே நம் வளம்" என்னும் தமிழ்க்கூற்றின் மூலம் மண்ணின் மாண்பினை நாம் அனைவரும் அறிந்து கொள்ளலாம்.இறைவனின் அற்புத படைப்புகளில் "மண்" ஒரு விலைமதிப்பற்ற இயற்கை வளமாகும். இதுவே வேளாண்மையின் உயிர் மூச்சு. மண் உயிரோட்டமாய் இருப்பதோடு, மற்ற உயிரினங்களுக்கும் உயிராய், உணவாய், உறைவிடமாய் இருக்கிறது. மண்ணைத் தாங்கிக் கொண் டிருக்கின்ற பூமியானது நலமாக இருந்தால் தான் வேளாண்மையும், உணவு உற்பத்தியும் நீடித்து நிலைத்திருக்க முடியும். இன்றைய காலகட்டத்தில் உலகம் முழுவதையும் அச்சத்திற்கு உள்ளாக்கி வருவது "உலகம் வெப்பமயமாதல்" என்ற பூமிக் காய்ச்சல் நிகழ்வாகும்.

புவி சூடேற்றம் உலக சமுதாயம் எதிர்நோக்கும் மிக முக்கியமான சவால்களுள் ஒன்றாகும். படிவப் பொருட்களை எரிப்பதால் வெளியேறும் பசுமைக் கூட வாயுக்களால் தான் இத்தகைய மாற்றம் ஏற்பட்டுள்ளது. புவி சூடேற்றத்தின் தாக்கம் தற்போது உலக நாடுகள் முழுவதிலும் உணரப்பட்டு வருகிறது .இதனால் காலநிலை மாற்றம், பல்வகை உயிர்களின் இழப்பு, பாலைவனமாகுதல் போன்ற பிரச்சினைகள் மேலும் அதிகரிக்கின்றது. தற்போது உள்ள வெப்பநிலையில் 2° செ. அதிகரிக்கும் போது 30 விழுக்காட்டுக்கும் கூடுதலான உயிரினங்கள் அழிந்துவிட வாய்ப்பு உள்ளது. காலநிலை மாற்றத்திற்கான நிறுவனத்தின்

கூற்றின்படி 2100-ம் ஆண்டில் உலக அளவில் வெப்பநிலை 1.1° செ. லிருந்து 6.4° செ. ஆக அதிகரிக்கும் சூழல் நிலவுகிறது. இதனால் கடவுளின் படைப்புகள் அனைத்தும் ஒருங்கே பேறுகால வேதனையுற்றுத் தவிக்கின்றது. (உரோ 8: 22, 23).

புவி சூடேற்றத்திற்கு முக்கிய காரணியாக இருப்பது பசுமைக்குடில் வாயுக்கள் எனப்படும் கரியமிலவாயு, மீத்தேன், நைட்ரஸ் ஆக்ஸைடு, குளோரோ புளோரோ கார்பன் போன்றவையாகும். இவற்றில் கரியமிலவாயு 50 விழுக்காட்டிற்கும் அதிகமான அளவில் வெப்பமடைதலுக்குக் காரணியாக உள்ளது. கடந்த இரு நூற்றாண்டுகளில் வளிமண்டலத்திலுள்ள பசுமைக்குடில் வாயுக்களின் செறிவு சுமார் 30 விழுக்காடு அதிகரித்துள்ளது. இதனால் வளிமண்டலத்தின் வெப்பநிலை 0.2 - 0.6° செ. உயர்ந்துள்ளது. சூரியன் பூமி சூடாவதற்குத் தேவையான சக்தியை அளிக்கின்றது. சூரிய ஒளிக்கதிர்களை வடிகட்டி பூமிக்கு அனுப்பும் குணம் ஓசோன்படலத்திற்கு உண்டு. ஓசோன் படலத்தில் ஓட்டைகள் ஏற்பட்டுள்ளதால் ஒளிக்கதிர்கள் நேரடியாகப் பூமியை வந்தடைகிறது. இதனால் பூமி சூடாகிறது.

பூமி வெப்பமடைவதால் ஏற்படும் அபாய விளைவுகளைத் தடுக்க அவசர சிகிச்சை அளிக்க வேண்டியது அவசியம். நமது தினசரி வாழ்க்கையில் நாம் மேற்கொள்ளும் சிறுசிறு மாற்றங்கள் பெரிய விளைவுகளை ஏற்படுத்தும். இயற்கையின் ஆற்றல்களை இயன்றமட்டும் பயன்படுத்த வேண்டும். குண்டு பல்பு, குழல்விளக்கு ஆகியவற்றிற்குப் பதில் ஒளிரும் விளக்குகளை பயன்படுத்தலாம். மரக்கன்றுகளை நட்டு வனப்பகுதியை விரிவாக்கலாம். காரில் பயணம் செய்வதைத் தவிர்த்து புகைவண்டியில் பயணம் செய்யலாம். விமானம் மூலம் பயணம் செய்வதைத் தவிர்க்கலாம். நிலத்தடிநீர் பெருக மழைநீர் அறுவடை செய்யலாம். இயற்கை வேளாண்மை முறைகளைக் கடைபிடிக்கலாம். நடந்து செல்வதும், மிதிவண்டி பயணமும் கூட புவி வெப்பமடைவதைத் தடுக்கும். நமது வளமையான சுற்றுச்சூழலை நாம் இழக்க நேரிடுமாயின் நமது வாழ்வாதாரமே இழந்துபோகும்.

*****

15. ஆசிரியரான சிற்றுயிர்கள்

ஆசிரியர் என்றவுடனே நம் நினைவுக்கு வருவதெல்லாம் ஏற்கனவே நாம் அறியாத, புரியாத, தெரியாத காரியங்களைக் கல்விக் கூடத்தில் கற்றுத் தருபவர் என்பது தான். மாணவர்களின் சிந்தனைத் திறன், ஆக்கத்திறன் ஆகியவற்றை வளர்ப்பதில் இயற்கையிலும் ஏராளம் ஆசிரியர்கள் இருக்கத்தான் செய்கிறார்கள். அவர்களை அடையாளம் கண்டு, அவர்களின் திறமைகளை அறிந்து கொள்வதில் நாம் தவறி விடுகிறோம். திருமறை பட்டம் வழங்கி, சர்வ ஞானி என்று தரச்சான்று தந்த நான்கு ஆசிரியர்கள் நமக்குப் பாடம் நடத்த இப்போது முன்னிற்கின்றனர். இவர்கள் தங்கள் சொந்த அனுபவங்களைப் பட்டியலிட்டு, சவாலிட்டு, சத்தமிட்டுச் சொல்கின்றனர். ஞானத்தினால் மேன்மையடைந்த இந்த ஆசிரியர்களின் ஆலோசனையை நாமும் பின்பற்றும்படி சற்று கவனிப்போமா?

எறும்புகள் - இவை வலிமையற்ற இனம், எனினும் கோடைக்காலத்தில் உணவைச் சேமித்து வைத்துக் கொள்கின்றன (நீதி. 30:25). ஒருவரும் விரும்பி ஏற்றுக்கொள்ளாத இந்தச் சிற்றுயிரை நாம் சிந்தையிலும் நினைப்பதில்லை. இதன் ஓயாத பிரயாசத்தை பாரட்டுவதோ, உறுதுணையாயிருந்து உற்சாகப் படுத்துவதோ இல்லை. இதன் நீடித்த ஆயுளுக்கு உத்திரவாதமுமில்லை. எனினும் சோம்பலின்றி சுறுசுறுப்பாய் இயங்கும் எறும்பு எதைத்தான் சாதிக்கிறது? அவை உழைப்பதற்கேற்ற கோடைக்காலத்தை நன்கு பயன்படுத்திக் கொள்கிறது. நழுவ விட்ட வாய்ப்பு திரும்ப வராது என்ற அறிவோடு நேரத்தை வீணடிக்காமல் சேகரிப்புப் பணியில் தீவிரமாய் ஈடுபடுகிறது. நாளை பார்த்துக் கொள்ளலாம் என்று இன்று கிடைக்கிற வாய்ப்பைப் பயன்படுத்தாமல் விட்டு விடாதீர்கள் என்று கற்றுத்தருகிறது எறும்பு. இதைக்காட்டிலும் நல்ல நாள்களும் சூழ்நிலைகளும், சந்தர்ப்பங்களும் வாசல் தேடிவரும் என எதிர்பார்த்து கிடைத்த வாய்ப்புகளை நழுவவிடுபவர்கள் அறிவற்றவர்கள்.

குறுமுயல்கள் - இவை வலிமையற்ற இனமே, எனினும் இவை கற்பாறைகளுக்கிடையே தம்வளைகளை அமைத்துக் கொள்கின்றன (நீதி. 30:26). மிகவும் சாதுவான பிராணியாகிய குறுமுயலுக்கு எதிரிகளை நேருக்கு நேர் எதிர்கொள்ளும் துணிவு இல்லை. மற்ற விலங்கினங்களைப்

போல் தற்பாதுகாப்புக்குரிய அவயவங்களோ, பாதுகாப்புத் தந்திரங்களைக் கையாளும் சாமர்த்தியமோ இல்லை. ஆகவே தன் ஜீவனைக் காப்பாற்றிக் கொள்ள கற்பாறைகளுக்கிடையே தங்கள் வளைகளை அமைத்துக் கொள்கின்றன. கற்பாறைகள் குழிமுயல்களுக்குப் புகலிடமாகும். (தி.பா. 104:18). தனது திறமையினாலோ அல்லது பிறருடைய உதவியினாலோ பாதுகாக்கப்படமுடியாது என்பதைத் தெரிந்து வைத்துள்ள குறுமுயல்கள் கன்மலையில் வீட்டைக்கட்டி தாக்க வரும் எதிரிகளிடமிருந்து தப்பி விடுகிறது. எத்தனை எதிரிகள் எதிர்த்து வந்தாலும், அவை பாதிப்பை ஏற்படுத்தாதபடி கன்மலைப் புகலிடம் அதற்கு பாதுகாப்பு அளிக்கிறது. நிரந்தரமற்ற இவ்வுலக பாதுகாப்புகள் நிச்சயம் நம்மை விட்டு எடுபட்டுப்போகும். அதே சமயம் கடவுளிடம் தஞ்சம் அடைந்து, அடைக்கலம் தேடிக் கொண்டவர்கள் வாழ்வில் திண்டாட்டங்கள் வருவதில்லை.

வெட்டுக்கிளிகள் - இவற்றிற்கு அரசன் இல்லை எனினும் இவை அணி அணியாய்ப் புறப்பட்டுச் செல்லும் (நீதி.30 :7). வெட்டுக்கிளிகள் தன்னிச்சையாகச் செயல்படாமல் கூட்டம் கூட்டமாய் இணைந்து புறப்படும் ஒழுங்கைக் கையாளுவது புத்திசாலித்தனமாகக் கருதப்படுகிறது. விருப்பப்படி பிரிந்து செல்ல அனுமதியாமல் இணைந்து வழிநடத்திச் செல்ல இவற்றிற்கு போர்ப்படைத் தளபதி இல்லை. சமயத்திற்கேற்ற கட்டளை பிறப்பிக்கவோ, காரியங்களை முன்னின்று செய்யவோ, ஆலோசனை தந்து ஆதரிக்கவோ அரசன் இல்லை. ஆனாலும் ஒழுங்கீனமாய் நடக்காமல், இரைச்சலைக் கேட்டு வெட்டுக்கிளிகள் ஒன்றன் பின் ஒன்றாக அணிவகுத்துச் செல்கின்றன. இதனால் தான் எத்தனையோ உயிரினங்கள் இருந்தும் எகிப்தியர்களைத் தாக்க கடவுள் பயன்படுத்திய பெரிய சேனை வெட்டுக்கிளியே (வி.ப. 10:14). தன்னைத் தானே திருத்திக் கொள்ள பழகாத ஒருவரை பிறருடைய போதையினாலோ அல்லது வழிநடத்துதலினாலோ ஒருபோதும் ஒழுங்குபடுத்திக் கொள்ள முடியாது.

பல்லிகள் - இதை கைக்குள் அடக்கிவிடலாம்; எனினும் இது அரசமாளிகையிலும் காணப்படும் (நீதி.30:28). அருவருப்பான தோற்றமுடைய பல்லியைக் கவனித்துப் பார்க்கவோ, கருத்தாய்ப் பராமரிக்கவோ யாரும் விரும்புவதில்லை. இதற்கு எங்கிருந்தும் ஆதரவோ,

உதவியோ, கிடைப்பதில்லை. பிரமாதமாய்ப் பிரயாசப்பட்டாலும் பலன் நிலைக்க வாய்ப்பில்லை. ஆனாலும் அனுமதியின்றி நுழைய முடியாத அரண்மனையிலும் கூட அச்சமின்றி புகுந்து தனக்கு வேண்டிய இரையைத் தேடிக் கொள்கிறது. அன்றாட உணவு தேடும் பணியில் அடுக்கடுக்காய் தடுக்கப்பட்டாலும் தனது முயற்சியை நிறுத்தாமல் தொடருகிறது. தொடர்ச்சியான தடைகள் பல்லியின் முயற்சிக்கு பலிகடா ஆகிவிடுகிறது. பொதுவாக நாம் உற்சாகமாய்த் தொடங்குகிற காரியங்களில் தோல்வி, தடை, தொந்தரவு, விமர்சனம் போன்றவை குறுக்கிடுமாயின் அப்படியே முடங்கி விடுகிறோம். இப்படிப்பட்ட நமக்கு விடாமுயற்சி என்னும் பாடத்தை பக்குவமாய் கற்றுத் தருகிறது பல்லி.

*****

16. மனம் ஒரு குரங்கு

"என் மகிழ்ச்சி உங்களுள் இருக்கவும் உங்கள் மகிழ்ச்சி நிறைவுபெறவுமே இவற்றை உங்களிடம் சொன்னேன்" (யோ. 15:11)

மகிழ்ச்சியான மனநிலை என்பது மனிதனாகப் பிறந்த ஒவ்வொருவருக்கும் சொந்தமானது. எல்லாச் சூழ்நிலையிலும் மனித வாழ்வின் இலக்கு மன மகிழ்ச்சியே. இயேசு கசையடிகள், சிலுவைப்பாடுகள், கல்வாரிப் பயணம் வழியாக இறப்பைத் தழுவிக் கொண்டாலும் அவரது உயிர்ப்பு நிரந்தரமான மகிழ்ச்சிக்கு வழிவகுத்தது. மகிழ்ச்சி நிறைவுறும் இறையாட்சியைக் குறித்தே இயேசு கனவு கண்டார். அந்த உயர்மதிப்பீட்டை நிலைநாட்டவே நாம் அமைதியையும், மன்னிப்பையும் அன்பையும் பற்றிப் பேசுகிறோம் மகிழ்ச்சியான மனநிலையை உருவாக்கித்தரும் ஊற்றுக்கண்ணாய் நாம் மாறவேண்டும்.

ஆதியில் கடவுள் தம் உருவில் மனிதனைப் படைத்தார் என்பது தனிச் சிறப்பு. ஆணும் பெண்ணுமாக படைத்து,ஏதேனில் ஓர் இன்ப வனத்தை அமைத்து, அதில் அவர்களை வைத்தார். எல்லாம் நன்றாகவும், சிறப்பாகவும் மகிழ்ச்சியாகவும் இருந்தன.ஏதேன் அவர்களுக்கு ஒரு இன்ப வனமாகவே இருந்தது. அவர்கள் தாவரங்களுடனும், விலங்குகளுடனும் நட்புறவில் வாழ்ந்தனர். கடவுள் அவர்களின் தோழராக இருந்ததால் அவர்கள் மகிழ்ச்சியான மனநிலையில் காணப்பட்டனர். ஆனால் இந்த இன்ப நிலை நீண்டநாட்கள் நீடிக்கவில்லை. ஏனெனில் மனம் ஒரு குரங்கு என்பதை அவர்கள் நிருபித்தார்கள். இன்பநிலையை இழந்துவிடுகிறார்கள். ஒரு குழந்தை மகிழ்ச்சியாக இருக்கவேண்டும்

என விரும்பி முயல்வதில்லை. இயற்கையாகவே மகிழ்ச்சியுடன் இருக்கிறது. வளர வளர அதன் மனநிலை மாறி மகிழ்ச்சி குறைகிறது.

மனம் பக்குவப்பட்ட நிலையில் விருப்பு, வெறுப்பு என்பதற்கு இடங்கொடாமல் சமநிலையில் இருந்து சம்பவங்களை அலசிப்பார்த்து முடிவு எடுத்தால், அந்த முடிவுகள் நல்லவைகளாக அமையும். நல்ல முடிவுகள் பதிவு செய்யப்படும்போது நமது செயல்பாடுகள் நன்றாக இருக்கும். பிரச்சனைகளுக்கு இடமிராது. மனம் பக்குவப்படாத நிலையில் எடுக்கும் முடிவுகள் தான் பிரச்சனைகளை உருவாக்குகிறது. மனம் சமநிலையில் இல்லாமல் சீராக அலசிப்பார்க்காமல் எடுக்கும் முடிவுகள் தான் எல்லா பிரச்சனைகளுக்கும் காரணம். இதனால் தான் மனதை விருப்பு, வெறுப்பு இல்லாமல் பற்றற்ற சமநிலையில் சீராக வைத்துக்கொள்ள வேண்டும் எனப் பெரியோர்கள் கூறுகிறார்கள். இதைச் சமநிலை சிந்தனை என்கிறோம்.

புகழ்ச்சியில் பெருமை இல்லை, இகழ்ச்சியில் வருத்தம் இல்லை, எந்த எதிர்பார்ப்பும் இல்லை என்ற நிலை வந்தால் மனம் பக்குவப்பட்டுவிட்டது எனக் கூறலாம். இந்த அளவு மனம் பக்குவப்படும்போது துக்கம் இல்லை, துன்பம் இல்லை, துயரம் இல்லை. மனதில் மகிழ்ச்சி பொங்கும். விருப்பமான சூழலாக இருந்தாலும், விருப்பமற்ற சூழலாக இருந்தாலும் இரண்டும் ஒன்றுதான் என்று மனம் விலகி நின்று சிந்திக்கும் ஆற்றல் வந்துவிட்டால் சிக்கல்கள் ஏற்படாது. இப்படிப்பட்ட மனநிலையைப் பெற்றுவிட்டால் வாழ்க்கையில் விரக்தி என்பதே இருக்காது.

உள்ளம் பெருங்கோயில், ஊனுடம்பு ஆலயம். அன்பு பொங்கும் உள்ளம் அருள் வசந்த இல்லம். உடலுக்குள் செல்லும் உணவுகள் மனிதனை ஒன்றும் செய்வதில்லை. ஆனால் உள்ளத்திலிருந்து வெளிவரும் எண்ணங்கள் மனிதனைப் புரட்டிப் போடுகிறது. உடல்நோயைப் போக்க மருந்துகள் உண்டு. ஆனால் மனநோயை மாற்ற மார்க்கங்கள் இல்லை. அன்றாட வாழ்க்கையிலே நேரிடும் மன அழுத்தங்கள், சிக்கல்கள், பிரச்சனைகள், நல்லவை, கெட்டவை எல்லாமே கடவுள் சித்தப்படியே நடக்கின்றன. இவற்றிலிருந்து மீள்வதற்கு இறையருள் அவசியம் என்ற நம்பிக்கையை ஏற்றுக் கொண்டால் மனம் அமைதி அடையும். எல்லாப் பிரச்சனைகளும் காணாமல் போய்விடும். அமைதியான மனத்திலே ஆண்டவர் குடியிருப்பார்.

*****

33

17. மருந்தில்லா மருத்துவம்

"அஞ்சாதீர், நம்பிக்கையை மட்டும் விடாதீர்" (மாற். 5: 36)

"இயலுமானாலா? நம்புகிறவருக்கு எல்லாம் நிகழும்" (மாற். 9:23)

வாழ்க்கை என்பது கடவுள் நம் அனைவருக்கும் கொடுத்த கொடை. "இதயம் கனக்கின்ற போது சிலரின் கண்கள் முழங்காலிடுகின்றன. கண்கள் குளமாகின்றபோது சிலரின் தலைகள் வணங்குகின்றன" என்றார். ஒரு வேத பண்டிதர்.மனித வாழ்வு இன்பங்களும் துன்பங்களும் நிறைந்ததே.துன்பம் இல்லாத மனிதர்கள் இல்லை. துன்பம் இல்லாதவர்கள் மனிதர்களே இல்லை. இன்பத்தில் இறைவனுக்கு நன்றிகூறுவதும், துன்பத்தில் துவண்டு விடாமல் துணிவோடு வாழ்வை எதிர்கொள்வதிலுமே வாழ்வின் சுவை அடங்கியுள்ளது. இப்போது உலக மக்கள் அனைவரும் ஏதாவது ஒரு நோயினால் பாதிக்கப்பட்டு, அவதிப்படுகிறார்கள்.

சில நேரங்களில் வாழ்வியல் நோய்க்கு நச்சுத்தன்மை கொண்ட துரித உணவும், உடற்பயிற்சி இல்லாத வாழ்க்கை முறையும் காரணமாக அமைகின்றன. மேலும் போதிய தூக்கம் இன்மை, எதிர்மறைச் சிந்தனை போன்றவை உளவியல் ரீதியான நோய்களையும் வரவழைத்துக் கொள்கிறது. இவற்றைத் தடுப்பதற்கான எளிய வழி தோட்ட வேலைகளில் ஈடுபடுவதாகும். தோட்ட மருத்துவம் மருந்தில்லாமல் நமது உடலுக்கும், உள்ளத்திற்கும் ஒன்றுபோல் மனமகிழ்ச்சியையும், உடல் ஆரோக்கியத்தையும் தருகின்ற ஒரு செயலாகும். இதன்மூலம் நச்சுத்தன்மை இல்லாத உணவுப் பொருட்களை நமக்கு நாமே உற்பத்தி செய்ய முடியும். வீட்டைச்சுற்றியுள்ள சிறிய நிலமோ அல்லது மொட்டை மாடியோ எதுவாக இருந்தாலும் தோட்டம் போடுவதற்கும், செடிகளை நட்டுப் பராமரிப்பதற்கும் உதவும்.

கொரோனா கால கட்டத்தில் நவீன ஊடகங்கள் பறைசாற்றியது என்னவென்றால், மனிதன் அதிகம் தேடி அலைந்தது பொன்னையோ, மணியையோ,கணினியையோ, அலைபேசியையோ அல்ல. மாறாக நஞ்சில்லாத விவசாய உற்பத்தி பொருட்களையேயாகும்.மனிதன் அடிப்படை தேவைகளில் ஒன்றாக விவசாய விளைபொருட்களைக் கண்டுணரச் செய்த காலகட்டம் அதுவாகும். அந்நேரத்தில் உள்நாட்டு

விவசாயிகள் தங்கள் விவசாய விளை பொருட்களை விற்பனைக்காக வீதிகளில் வைத்ததையும், அதற்கு அவர்கள் கேட்கும் விலை கொடுத்து மக்கள் மகிழ்ச்சியாக வாங்கிய காட்சிகளையும் நாம் கண்டோம்.

விவசாயத்தில் தன்னிறைவு பெறுவதற்கு ஒவ்வொரு குடும்பமும் முயற்சி செய்ய வேண்டும் என்பதைத் தான் இவைகள் நமக்கு உணர்த்துகின்றன. இன்றைய நாட்களில் தோட்டக்கலை சிகிச்சை (Horti Theraphy) முறை அறிவியல் பூர்வமாக மக்களிடையே பரவி வருகிறது. உள்ளத்தாலும் உடலாலும், சவால்களைச் சந்திக்கின்ற ஒவ்வொருவருக்கும், வாழ்க்கையில் தனிமைப்பட்டவர்களுக்கும் இது பேருதவியாக இருக்கின்றது.

வீட்டின் அருகில் காய்கறிச் செடி வளர்ப்பதோடு மலர்ச்செடிகள் வளர்ப்பதைப் பற்றியும் குடும்பங்கள் சிந்திக்க வேண்டும். இத்தகைய மகிழ்ச்சி மாத்திரைகள் நம்மிடம் இருந்தால் தூக்க மாத்திரைகளுக்குத் தேவை இருக்காது. பகல் பொழுதில் உடல் சக்தியை ஊக்கப்படுத்துவதினால், இரவில் நீண்டநேரம் ஆழ்ந்த நிம்மதியான தூக்கம் கிடைக்கும். மன அழுத்தத்தைத் தோட்ட வேலைகள் கொன்று போடுகிறது. கோபதாபங்கள் மற்றும் மன அழுத்தங்களைக் குறைத்து, மனநலத்தை மருந்தில்லாமல் பேணுகிறது. நீங்கள் மன உளைச்சலில் தத்தளிப்பது போல் உணர்ந்தால், உடனே உங்கள் தோட்டத்திற்குள் உலாவி, ஏதாவது தோட்ட வேலைகளில் ஈடுபடுங்கள். உங்களது உடலின் இயக்கம் மற்றும் சுத்தமான காற்றின் கலவை உடனடியாக உங்கள் மனதை லேசாக்கி, மனநிலையை மகிழ்ச்சியாக மாற்றும்.

தோட்ட சிகிச்சை மகளிருக்கு மிகச்சிறந்த மருத்துவமுறையாகக் கருதப்படுகிறது. தோட்ட வேலை கருச்சிதைவைத் தவிர்க்கிறது. கர்ப்பக் காலத்தில் எளிமையான வீட்டுவேலை மற்றும் தோட்ட வேலைகளைச் செய்து வருவது உடல் சோர்பைக் குறைப்பதோடு உடல் எடையை எளிதாகக் குறைக்க உதவுகிறது. கர்ப்ப காலத்தில் சர்க்கரை நோய் வரக்கூடிய சாத்தியக்கூறையும் குறைக்கிறது. மேலும் கருச்சிதைவு ஏற்படுவது தடுக்கப்படுகிறது. தோட்ட வேலைகள் உடல் பருமன் நோயைக் குறைக்க உதவுகிறது. ஒருநாளில் காலை ஒரு மணி நேரம் மாலை ஒரு மணி நேரம் என முழு ஈடுபாட்டுடன் தோட்ட வேலைகள் செய்து வந்தால் மாரடைப்பு நோய் வருவது தவிர்க்கப்படும். ஏனெனில்

இந்த உழைப்பு உடலிலுள்ள தேவையற்ற கெட்ட கொழுப்பை குறைத்து விடுகிறது. ஓடியாடி தோட்டத்தில் உழைக்கும் போது உடல் உறுப்புகளுக்கு அழகிய வடிவம் கிடைக்கிறது. மேலும் வயிற்றுத் தசைகளை இறுகச்செய்து, இடுப்புப் பகுதியையும் அழகானதாகச் செதுக்குகிறது. ஆகவே பெண்களுக்கு இந்தச் சிகிச்சை முறை பெரிய வரப்பிரசாதம்.

தோட்டம் போட்டு அதிலுள்ள சத்தான காய்கறிகள், கீரைகள், கிழங்குகள், பழங்கள், பயிறுகள் போன்றவற்றைப் பறித்துச் சாப்பிடும்போது இளமை பாதுகாக்கப்படுகிறது. உடலுக்கும், உள்ளத்திற்கும், ஒருவித ஊக்கம், உற்சாகம், புத்துணர்ச்சி கிடைக்கிறது. அதாவது மன அழுத்தம், மனப் பதற்றம், மன உளைச்சல் இல்லாமல் உடலை இளமையாக்கி நம்பிக்கையோடு வாழ்வை எதிர்கொள்ள ஊக்கமளிக்கிறது. அதோடு மூட்டு தளர்ச்சி, உடல் அயர்சி போன்ற முதுமை தொடர்பான நோய்கள் வராமல் தடுத்து ஆரோக்கியமாக வாழ்வதற்கு வழி செய்கிறது. தோட்டத்தில் கிடைக்கும் இளவெயிலும், சுத்தமான காற்றும், சத்தான உணவும் நமது வாழ்நாளை நீட்டிக்கச் செய்கிறது. தோட்டத்திலுள்ள செடிகொடிகளுடன் உறவாடி, அவற்றைப் பராமரிப்பதில் கவனம் செலுத்துவது நமது உடல் ஆரோக்கியத்தையும், சகிப்புத் தன்மையையும் உருவாக்குகிறது. ஆகவே இறைவன் தந்த இயற்கையோடு இணைந்து, அதில் இறைப்பிரசன்னத்தையும் உணர்ந்து, இறையருளோடு நீடூழி வாழ்வீர்களாக!

*****

18. உழவும் தொழிலும்

உங்கள் வேலையை மட்டுமே பார்த்துக்கொண்டு, உங்கள் சொந்தக் கையால் உழைத்து, அமைதியாய் வாழ்வதில் நோக்கமாயிருங்கள். (1தெச. 4: 11)

விரைந்து சுழன்றாடும் விந்தைமிகு விஞ்ஞான உலகில், நாம் அனைவரும் வயிறார உண்டு மகிழ்ந்திட உழவர்களும், அன்றாடம் தேவையானவற்றை உருவாக்கிட தொழிலாளர்களும் ஓய்வின்றி ஓடியாடி உழைத்துக் கொண்டிருக்கிறார்கள். இந்த பாருலகைத் தனது பேராற்றலால்

படைத்த கடவுள் மனுக்குலம் உழைத்து வாழவேண்டும் என்று எண்ணினார். ஆதலால் ஏதேன் தோட்டத்தைப் பண்படுத்தவும் பாதுகாக்கவும் கடவுள் மனிதனை அங்குக் கொண்டு வந்து குடியிருக்கச் செய்தார் (தொ.நூ.2:15).

அதுபோலவே இந்தப் பூமியைப் பண்படுத்திப் பாதுகாக்கும் பணியில் உழைப்பாளர்களாக நம்மைக் கருதியுள்ளார். கடவுள் நம்மைப் படைத்த திட்டத்தை உணர்ந்து, தங்கள் வேலையைச் செய்து, தாங்கள் உண்ணும் உணவுக்காக மண்ணில் உழைத்தால் உயர்வு உண்டு. உழைக்க மனமில்லாத எவரும் உண்ணலாகாது (II தெச.3:10) என்ற பவுலடியாரின் கட்டளை சோம்பேறிகளாகச் சுற்றித்திரியும் மனிதர்களுக்கு ஓர் எச்சரிக்கை. 'உழவுக்கும் தொழிலுக்கும் வந்தனை செய்வோம் வீணில் உண்டு களித்திருப்போரை நிந்தனை செய்வோம்' என்று பாரதி பாடினார். இன்றைய அறிவியல் யுகத்தில் இயந்திரங்களின் பயன்பாட்டால் உழைப்பவர்கட்கு உழைப்பதற்குரிய வாய்ப்பு இல்லாமல் போய் விடுகிறது. இன்னொரு பக்கத்தில் பன்னாட்டு நிறுவனங்கள் உழைப்பாளர்களைப் பிழிந்து வேலை வாங்குகிறது.

உழைக்கும் கரங்களை உதாசீனப்படுத்தி, உழவையும் தொழிலையும் அவமதித்து, வீணாக உண்டு, களித்து, ஓய்ந்து, உறங்குபவரை வாழ்த்தி வணங்கி அவர்களைப் பாராட்டிக் கௌரவிக்கும் தலைகீழான நடைமுறையை இன்று நாம் கடைப்பிடித்து வருகிறோம். உணவுக்காக உழைக்கும் கரங்கள் ஓய்ந்து விட்டால் நாம் உயிர்வாழ எங்குச் செல்வது? தினமும் மூன்றுவேளை உணவை யார் தருவது? நமது பார்வையும், புரிந்து கொள்ளுதலும் முற்றிலும் மாறவேண்டும். விவசாயமும், தொழிலும் மிகவும் தாழ்வாக எண்ணப்பட்டு, விளம்பரங்களும், வியாபார வழிமுறைகளும் மதிப்பாகப் போற்றப்பட்டு வரும் நிலையை இன்று காண்கிறோம். பெரும்பாலும் மனிதர்கள் வளமையாகவே வாழ விரும்புகின்றார்கள். இதனால் வளவாழ்வு போதனையாளர்கள் அவர்களைக் குறிவைத்து விசுவாசிக்க கூப்பிடுவதும், அதனை அடிப்படையாக வைத்து செயல்பட அழைப்பதும் சத்தியம் சார்ந்ததன்று.

இஸ்ரேல் மக்களுக்கு முதலாவது ராஜாவாக ஏற்படுத்தப்பட்ட சவுல் வயலிலிருந்து வந்த நிகழ்ச்சியை (I சாமு. 11: 5) பார்க்கின்றோம்.

ஆடுகளை மேய்த்துக் கொண்டிருந்த தாவீது அரசனாக மாறியதை (II சாமு. 16: 12) ஆச்சரியத்துடன் அலசுகிறோம். தனது மாமன் எத்ரோவின் ஆடுகளை மேய்த்துக் கொண்டிருந்த மோசேயை எகிப்தின் அடிமைத்தனத்திலிருந்து இஸ்ரேலரை மீட்கும் தலைவராகக் கடவுள் தெரிந்து கொண்டார். இவை அனைத்தும் அந்தந்த மனிதர்களை மாத்திரமல்ல அவர்கள் செய்து கொண்டிருந்த தொழிலையும் உயர்வானவைகளாக்கிய கடவுளின் செயல்களாகும். மீன்களைப் பிடித்துக் கொண்டிருந்த பேதுருவையும், அவரது இரண்டு சகோதரரையும் சீடர்களாக்கியது (மத்.4:19) கிறிஸ்து மீன்பிடித் தொழிலை உயர்த்தி காட்டிய நிகழ்வாகும்.

கம்ப்யூட்டர் யுகமாக மாறும்முன் இயந்திர உலகமாயிருந்ததைத் தான் இக்கால மக்களாகிய நாம் அறிவோம். ஆனால் உலகின் அனைத்துக் கலாச்சாரங்களிலும் உழவுத்தொழிலும், மந்தைகளைக் காத்தலும், மீன் பிடித்தலும் முக்கிய தொழிலாக இருப்பதை நாம் நினைவில் கொள்ளவேண்டும். தொழிலையும், தொழில் செய்பவர்களையும் தாழ்வாக நினைக்கும் இவ்வுலகில் நம் சிந்தனைகளை மாற்ற வேண்டும். உழைக்கும் மக்களை ஒடுக்கும் உலகில் அவர்களை அழைத்து வந்து அரசர்களாக்கும் மனநிலையை வளர்ப்பது இறையரசின் மெய்யான தன்மையாகும். நமது கடவுள் நம்மை ஆளுகிறார் என்று உழைப்பாளர்கள் அனைவருக்கும் தெளிவுபடுத்துவோம். உழைப்பவரை உயர்த்துவது இறையாட்சியின் மாட்சிமையாக மாறட்டும்!

*****

19. பணம் சேமிப்பது எப்படி

இந்த உலகில் மனிதன் வாழ்வதற்குப் பணம் ஒரு இன்றியமையாத சாதனம். அன்று இயேசு கிறிஸ்து தமது ஊழியத்தை ஆரம்பித்தபோது நகரில் நுழைய வரி செலுத்துவதற்குப் பணம் தேவைப் பட்டது. இன்று பணத்தின் அடிப்படையில்தான் மனிதனை ஏழை, பணக்காரன் என்று பிரித்து வைத்திருக்கிறோம். பணம் இல்லாத வாழ்க்கைப் பயணத்தை இன்று எவராலும் நினைத்துப் பார்க்கக்கூட முடியாது.

நமக்குக் கிடைக்கின்ற பணம் கடவுளிடத்திலிருந்து வருகிறது என்பதை முதலில் உறுதி செய்து கொள்ள வேண்டியது மிக அவசியம் (1நாளா.29: 12). நாம் நமது தேவைகளுக்குக் கடவுளிடம் போராடிக் கேட்டுப் பெறுபவர்களாக மாறவேண்டும். நாம் கேட்கும்போது கடவுள் தருவார் என்ற நம்பிக்கையை நமக்குள் ஊன்றி விதைக்க வேண்டும். அவ்வாறு நாம் பெற்றுக் கொள்ளும்போது கடவுளுக்கு மிகுந்த நன்றி உள்ளவர்களாய் இருப்போம். அதோடு கடவுளுக்குக் கொடுக்க வேண்டிய காணிக்கைகளைச் செலுத்தி அவரை மகிமைப்படுத்த வேண்டும் (1நாளா. 29: 13). நமது செல்வமும் மாட்சியும் கடவுளிடமிருந்து வந்தது என்ற எண்ணம் நமக்குள் ஆழமாக இருப்பதுதான் பணத்தின் மீதான கிறிஸ்தவ ஆளுமை. அதே சமயம் சிலர் தாம் சம்பாதிக்கும் பணமெல்லாம் தமது திறமையினால் விளைந்தது என்று எண்ணிக்கொண்டு படைத்த பரம்பொருளை மறந்து போவதுதான் பரிதாபம் (1தீமோ. 6:17).

நமது திட்டங்களில் வெற்றியைத் தேடி ஓடுவதே வாடிக்கையாகி விடுவதால் இடையே வரும் தோல்விகளும், துன்பங்களும், இழப்புகளும் நம் முன்னேற்றப் பயணத்திற்கு தடைகளாகி விடுகின்றன அப்படியானால் நாம் எவ்வாறு திட்டமிடவேண்டும்? கனவு காணுதலே திட்டமிடுதலின் வெளிப்பாடு ஆகும். திட்டங்கள் என ஒன்றுமில்லை. அனைத்திலும் திட்டம் என்பதுதான் உண்மை. இயேசு கிறிஸ்து சீடத்துவத்தை விளக்க முற்பட்ட போது அழகிய இரு உவமைகளை எடுத்துரைத்தார் (லூக். 14:28-32). ஒரு கோபுரம் கட்ட விரும்புகிறவன் அதைக் கட்டி முடிக்க ஒவ்வொன்றாகக் கணக்கு பார்ப்பது போன்றும்,ஓர் அரசர் போர் தொடுக்க போகும்போது எதிரியின் பலத்தைச் சிந்தித்துப் பார்ப்பது போன்றும் நமது திட்டமிடுதல் இருக்க வேண்டும். திட்டங்களில் வெற்றி அடைவதற்கு இயேசு கிறிஸ்து சுட்டிக் காட்டும் வழிகாட்டுதல்டடி நடப்போம்.

கடன் வாங்கித் திருப்பிக் கொடுக்காமல் ஏமாற்றிப் பிழைக்கும் கூட்டத்தைப் பற்றி இங்கு நான் எழுத விரும்பவில்லை. அதே வேளையில் அறியாமையால் கடன்பட்டு அதிலிருந்து விடுபட முடியாமல் தவித்துக் கொண்டிருக்கும் மக்களை நினைத்து இதை எழுதுகிறேன். நீங்கள் யாருக்கும் எதிலும் கடன்படாதீர்கள் என்பது புதிய ஏற்பாட்டுக் கட்டளை (உரோ. 13:8). "கடன் படாதிருப்பாய்" என்பது பழைய ஏற்பாட்டு

வாக்குத்தத்தம். கடன்பட்டவன் கடன் கொடுத்தவனுக்கு அடிமையாகக் கருதப்படுவதால் கடன் படாதிருக்க வேண்டியது நமது கடமை. பொய்யர் வாங்கிக் கடனைத் திருப்பி கொடுக்க மாட்டார்; நேர்மையாளரோ மனமிரங்கி பிறருக்குக் கொடுப்பர் (சங். 37:21). பொல்லார் எனப்பேர் பெறாமலிருக்க உங்கள் கடன்கள் திருப்பிச் செலுத்தப்பட்டிருக்க வேண்டும். கடன் வாங்குவதைப் பார்க்கிலும் பட்டினியாய் இருப்பது நலம். இரவல் வாங்குவதைப் பார்க்கிலும் அந்தப் பொருள் இல்லாமல் வாழ்வது சிறப்பு! எதிலும் சிக்கனம் என்பதே மிகச்சிறந்த சேமிப்பு. கடன்பட்டார் நெஞ்சம்போல கலங்காதிருக்க வேண்டுமெனில், அன்பு காட்டுதலைத் தவிரவேறு எதற்கும் கடன்படாதிருப்போமாக!

*****

20. விடுதலை வேட்கை

இந்நாள் வரை படைப்பு அனைத்தும் ஒருங்கே பேறுகால வேதனையுற்றுத் தவிக்கின்றது (உரோ. 8: 22).

விவிலியத்தின் முதலாவது அத்தியாயத்தில் கடவுள் ஒன்றன்பின் ஒன்றாக உலகில் உள்ள அனைத்தையும் படைத்து, அவற்றிற்கு தனித்தனி பெயர் சூட்டினார்; அவை குறித்து வியப்படைந்தார்; அவற்றின் எழிலை மெச்சினார்; படைப்பின் ஒவ்வொரு நிகழ்வையும் புகழ்ந்துரைத்தார். பல்லாண்டு காலமாகக் கடவுளின் பேரன்பு பூமியின் மீது பரிணாம வளர்ச்சியைத் தழுவியபடி உயிர்த்துடிப்புடன் சுழன்று கொண்டிருக்கிறது. உலகில் படைக்கப்பட்ட ஒவ்வொரு படைப்பும் கடவுளின் அளப்பெரிய அன்புக்கு சொந்தக்காரர்கள் என்கிற உணர்வை வெளிப்படுத்திக் கொண்டிருக்கின்றன.

உலகை ஒரு குடும்பமாக பார்த்தவர் கடவுள். கடவுளின் திருக்குடும்பத்தில் மனிதர்களும், மனிதர் அல்லாத உயிரினங்களும் உரிமையுடன் மதிக்கப்படவும் வாழவும் உரிமை பெற்றுள்ளன. இவை அனைத்தும் சூழியல் அமைப்பில் சகோதரத்துவம் கொண்டவை. கடவுளால் படைக்கப்பட்ட நாம் உயிரின வாழ்க்கை ஆதாரத்தைச் சார்ந்து இருக்கிறோம். பல்வேறு உயிரினங்களுடன் தொடர்பு கொள்ளும்பொழுது கடவுள் வெளிப்படுத்தியுள்ள தெய்வாம்சத்தை நாம் புரிந்துகொள்ள முடியும். சிறிய உயிரோ, பெரிய உயிரோ

ஒவ்வொரு உயிரும் கடவுளின் படைப்பின் மாட்சிமையை வெளிப்படுத்துகிறது. இறைவனின் குரல் ஒலியை இனிய கீதமாக நாம் கடலின் அலைகளிலும், மலையின் முகடுகளிலும், காற்றின் அசைவினிலும் கூட கேட்க முடியும். கடவுள் தமது படைப்பின் வாயிலாக வாழ்க்கையை மகிழ்ச்சியுடன் கொண்டாட வாய்ப்புக்களை வாரி வழங்கியிருக்கிறார். படைப்புகள் ஒவ்வொன்றும் கடவுளின் ஆழ்ந்த அன்பில் அளவிடமுடியாத அடித்தளத்தோடு ஆழமாக வேரூன்றி உள்ளன. ஆகவே அவற்றிற்குரிய உரிமையும் மதிப்பும் ஒரு போதும் மறுக்கப்படக்கூடாது.

அன்பே வடிவான கடவுளின் படைப்பாற்றல்தான் இந்த பிரபஞ்சத்தை உருவாக்கியது. இதன்படி கடவுளின் எதிர்பார்ப்பு என்னவெனில் ஒன்று உருவாக உதவிசெய்தல், அதை நேசித்தல், அதற்கு ஊட்டம் அளித்தல், தொடர்ந்து பராமரித்தல், இதமாகப் பாதுகாத்தல், அளவற்ற அக்கறை செலுத்துதல் என்பவையாகும். ஆனால் இன்றைய மனித இனம் தான் மட்டும் வாழ்வதற்கு மற்ற படைப்புகளை எல்லாம் துரத்தும் வேலையில் துணிச்சலாக இறங்கிவிட்டது. கால்நடைகளை ஒதுக்கிவிட்டு பாக்கட் பாலைத்தேடுகிறோம். கோழிகளை துரத்திவிட்டு மலட்டு முட்டைகளைச் சாப்பிடுகிறோம். மரங்களை வெட்டிவிட்டு குளிர்பதன வசதிகளைப் பெருக்குகிறோம். காடுகளை அழித்துவிட்டு விலங்குகளை வேட்டையாடுகிறோம். பசுஞ்சோலைகளை நாசமாக்கி பசுமைச்சாலை தருகிறோம். இவ்விதம் வளர்ச்சி என்ற போர்வையில் கடவுளின் படைப்புகளைத் துவம்சம் செய்கிறோம். இந்த படைப்புகளுக்கு விடுதலை கிடைப்பது எப்படி? திருப்பாடல் 104-ல் குறிப்பிட்டுள்ளபடி படைப்பின் அங்கம் அனைத்திற்கும் கடவுளின் ஊட்டம் அளிக்கப்படுகிறது. ஆகவே உண்மையான, நிலையான, அழியாத வளர்ச்சி ஏற்பட வேண்டுமென்றால் உலகிலுள்ள அனைத்து உயிர்களின் வாழ்வும் செழுமையடைய உழைக்கவேண்டும்.

கடவுளின் படைப்பில் மனிதர்கள் சிறப்பிடம் பெற்றவர்கள் என்பதை மறுக்க முடியாது. அனைத்து படைப்புகளின் மத்தியில் மனிதனுக்கு அளிக்கப்பட்டுள்ள சிறப்பிடம் எதற்காக என்றால் இறைவன் படைத்த நோக்கத்தை நிறைவு செய்யும் முக்கிய பொறுப்பு மனிதனுக்கு மட்டுமே உண்டு. உயிரினத் தொகுப்பில் மனிதர்களாகிய நாம்

மண்ணோடும், பிற இயற்கை சக்திகளோடும் இணக்கமாக பிணைக்கப்பட்டிருக்கிறோம். எந்த ஓர் உயிரினமும் அடிமையாக அடைபட்டுக் கிடக்க விரும்புவதில்லை. மாறாக தடைகளைத் தகர்த்து தப்பித்து வெளியே வருவதற்குத்தான் முயற்சி செய்கிறது. மிகப் பெரிய யானை முதல் சிற்றெறும்பு வரையிலும் இது பொருந்தும். உலக உயிரினத்தொகுப்பில் உள்ள எந்த ஓர் உயிரினத்திற்கு நாம் தீங்கு இழைத்தாலும் அது நமது சொந்த வாழ்வாதாரத்தைத் துண்டிப்பதற்கு ஒப்பாகும். ஆகவே கடவுளின் கட்டளையை ஏற்று அவரது படைப்பு அனைத்தையும் நாம் மதித்து பாதுகாக்கும் பொழுது படைப்புகள் யாவும் அழிவுக்கு அடிமைப் பட்டிருக்கும் நிலையிலிருந்து விடுவிக்கப்பட்டு கடவுளின் பிள்ளை களுக்குரிய பெருமையையும் விடுதலையையும் தானும் பெற்றுக் கொள்ளும். (உரோ.8:21).

*****

21. நீலப்புரட்சி

கடல் தாங்கும் நிலப்பரப்பு தரை பரப்பைவிட மும்மடங்கு பெரிது. தரை இரு பரிமாணப்பரப்பு. கடல் முப்பரிமான ஊடகம் அதன் பரப்பிலும் ஆழத்திலும் ஏராளமான உயிரினங்கள் உலாவமுடியும். இந்த நீர்த்திரளில் வாழும் உயிரினங்களில் மீன்கள் மிகவும் முக்கியமானது. உலக மக்கள் உண்ணும் மாமிச உணவில் மீன்கள் ஏறத்தாழ 20 சதவீதம் அங்கம் வகிக்கிறது. மீன்வளத்தையும், கடல் வளத்தையும் மனிதன் இன்னும் முறையாகக் கையாளக் கற்றுக் கொள்ளவில்லை.

அறிவியல் முன்னேற்றத்தின் காரணமாக நமது உள்நாட்டு மீன் உற்பத்தி பல மடங்கு உயர்ந்துள்ளது. இதே போன்று கடலிலிருந்து பிடிக்கப்படும் மீனின் அளவும் கணிசமாக அதிகரித்துள்ளது. நமது நாட்டில் அசைவப் பிரியர்கள் 70 சதவீதம் உள்ளனர். நாம் உற்பத்தி செய்யும் மீனின் அளவு ஒரு வருடத்திற்க ஒரு மனிதனுக்கு 10 கிலோ என்ற அளவில் தான் இருக்கிறது. ஆனால் உலக ஊட்டப்பொருள் ஆலோசனைக்குழுவின் பரிந்துரைப்படி ஒரு மனிதன் உண்ணும் மீனின் அளவு ஆண்டொன்றுக்கு 30 கிலோவாக இருக்க வேண்டும். கெட்டுப்போகாத நிலையில் உள்ள மீன் உணவுகள் உடல

42

ஆரோக்கியத்திற்கு உகந்தது. இதைக் கவனத்தில் கொள்ளும் போது நமது மீன் உற்பத்தியை மூன்று மடங்கு என்ற அளவில் அதிகரிக்க வேண்டிய கட்டாயத்தில் உள்ளோம்.

நம் நாட்டுக் கடற்பகுதிகளில் மீன் பிடிப்பில் இயந்திரப்படகுகள், நாட்டுப் படகுகள், கட்டுமரங்கள், ஆழ்கடல் கலங்கள் ஆகியன ஈடுபட்டுள்ளன. நமது மீன் உற்பத்தி திறனில் 60 சதவீதம் அளவை மட்டுமே நாம் பயன் படுத்திவருகிறோம். இருப்பினும் நம் நாட்டு மீன்வளத் தொகுப்பிலிருந்து கணிசமான வருமானம் கிடைத்து வருகிறது. மேலும் மீன் பிடிப்பு தொழில் மூலமாக லட்சக்கணக்கான மீனவர்கள் தொழில் பெற்று வருகின்றனர். பதப்படுத்துவதிலும், மீன்களைப் சந்தைப் படுத்துவதிலும் பல லட்சம் மீனவ மகளிர் ஈடுபட்டு வருகின்றனர்.

பவளப்பாறைகளில் பல்லுயிர்ப் பெருக்கம் வீரியம் பெறுகிறது. பவளப்பாறைகளைச் சார்ந்து பலவித தாவர மற்றும் விலங்கின உயிரிகள் உயிர் வாழ்கின்றன. குறிப்பாக பவளப் பாறைகளையொட்டி பல்வேறு வண்ணங்களில் அலங்கார மீன்கள் அதிகம் காணப்படுகின்றன. பவளப்பாறைகளைச் சார்ந்து வாழும் பெரும்பாலான மீன்கள் அழகு வண்ணத்தில் காட்சிதரும் கவர்ச்சி மீன்கள் ஆகும். இவற்றை அளவோடு பிடித்து ஏற்றுமதி செய்யும்போது அதிகமான அந்நிய செலவாணி கிடைக்க வாய்ப்பிருக்கிறது. கடலில் மாசுகள் கலப்பதால் பவளப்பாறைகள் அழியும் அபாயம் ஏற்படுகிறது. இது பல்லுயிர் பரவலாக்கத்திற்கு அச்சுறுத்தலாக அமையும்.

இந்தியாவில் முத்துச்சிப்பிவளம் சிறப்புற்று விளங்குகிறது. வேறு எந்த நாட்டுக்கடலிலும் கிடைக்காத வெண்சங்கு புனித சங்காக மதிக்கப்படுகிறது. கடல் அட்டைகளைப் பதனப்படுத்தி பல்வேறு உணவுப் பொருட்கள் தயாரிக்கப்படுகின்றன. கடற்பாசிகள் புரத உணவு தருவதில் உன்னத பங்கு வகிக்கிறது. உலர்ந்த கடற்குதிரை மீன்கள் மருந்துப் பொருட்கள் தயார்செய்ய பயன்படுகின்றன. கடல் ஆமை இனங்களின் எண்ணிக்கை குறைந்து வருகிறது. நீந்திவரும் நீர்வாழ் பாலூட்டிகளில் டால்பின், கடற்பசு போன்றவை முக்கியமானதாகும். இந்தச் சாதுவான கடல்வாழ் உயிரிகள் தங்களது எண்ணிக்கையைத் தக்கவைக்க முடியாமல் தடுமாறுகின்றன. இதற்கு ஆழியின் இயற்கைச்சூழ்நிலை சேதமாகாமல் பார்த்துக் கொள்ள வேண்டும்.

கடல் வளத்தைச் சிறந்த முறையில் கையாளுவதை நீலப்புரட்சி என்கிறோம். சில நவீன புது யுத்திகளைக் கடைப்பிடிப்பதன் மூலம் கடல் வளத்தை நாம் முழுமையாக அனுபவிக்க முடியும். முக்கியமாக மீனவர்களின் உயிர்பாதுகாப்புக்கு உத்திரவாதம் தரப்பட வேண்டும். ஆழ்கடல் மீன் பிடிப்புக்கு அதிக முயற்சியும் பயிற்சியும் எடுக்க வேண்டும்.நல்ல மீன் வளம் உள்ள இடங்களைக் கண்டறிந்து நவீன மீன்பிடி நுட்பங்களைக் கடைப்பிடிக்க வேண்டும். பவளப்பாறைகளை பாதிப்பின்றிப் பாதுகாக்க வேண்டும். முத்துச்சிப்பிகளின் பெருக்கத்திற்கான தடைகளை முறியடிக்க வேண்டும். அபூர்வ கடல்வாழ் உயிரிகளின் உற்பத்தி சூழ்நிலையை மேம்படுத்த வேண்டும். இப்படிச் செய்யும் போது நீலக்கடலில் நிச்சயம் நீலப்புரட்சி நிறைவேறும்!

*****

22. காலங்கள் காத்திருப்பதில்லை

"எங்கள் வாழ்நாள்களைக் கணிக்க எங்களுக்குக் கற்பியும்"

(தி.பா. 90:12)

இறைவன் படைப்பில் மனிதனைத் தவிர மற்ற உயிரினங்களெல்லாம் உடலால் மட்டும் வாழ்கின்றன. ஆனால மனிதன் மட்டும்தான் உள்ளத்தாலும் வாழ்கிறான். வண்டியை இழுத்துச் செல்லும் மாட்டின் கால், வண்டிச் சக்கரத்தையும் பின்பற்றிச் செல்லுமேயன்றி அதனால் சுயேச்சையாக செயல்பட முடியாது. ஆனால் மனிதனோ தனது அறிவாலும் ஆற்றலாலும் உலகையே ஆட்டிப்படைக்கும் அற்புத சக்தியைப் பெற்றிருக்கிறான். இத்தகைய மாபெரும் மனிதப்பிறவியைப் பெற்றிருக்கிற நாம் நமது நாட்களை வீணே கழித்து விடக்கூடாது. இரவு முழுவதும் தூங்கியும், பகல் முழுவதும் உண்டும் நாம் நாட்களை வீணாக்கி விட்டால் எதையும் வெற்றிகரமாகச் செயல்படுத்த முடியாது. எனவே காலங்களை "காசு" போன்று கவனமாகச் செலவழிக்கப் பழகிக் கொள்ள வேண்டும். காற்றுள்ள போதே தூற்றிக்கொள்ளும் பக்குவம் நம்மில் பளிச்சிட வேண்டும்.

பழைய ஆண்டு ஒன்றைக் கடந்து புதிய ஆண்டிற்குள் காலடி எடுத்து வைக்கக் களிப்போடு காத்திருக்கிறோம். இது நாம் விரும்பித் தெரிந்து கொண்ட ஒன்றாக நிச்சயம் இருக்க முடியாது. ஆனால்

தெய்வீக சித்தத்தின்படி இது நமது வாழ்வில் கிடைத்திருக்கும் மகத்தான பேறாகும். வினாடிகள், நிமிடங்கள், மணிகள், நாட்கள், வாரங்கள், மாதங்கள், ஆண்டுகள் எனக் காலங்கள் கடந்து போய்க் கொண்டேயிருக்கிறது. அற்பமானவைகளாய் எண்ணப்படுகிற விளாடிகளை யாராலும் விலைக்கு வாங்கிவிட முடியாது. நாம் வீணாக்கிவிட்ட ஒரு வினாடியை எத்தனை விலைகொடுத்தாலும் திரும்பப் பெற்றுக் கொள்ள இயலாது. எங்கள் வாழ்நாட்கள்... விரைவில் கடந்து விடுகின்றன. நாங்களும் பறந்து விடுகின்றோம் (தி.பா. 90:10)

காலத்தின் அருமையை நாம் இன்னும் நன்றாய் அறிந்து கொள்ளாமலிருக்கிறோம். தினசரி கூலி வேலைக்குச் சென்று குடும்பத்தை நடத்தும் கூலித் தொழிலாளிகளுக்குத்தாள் ஒரு நாளின் மகத்துவம் தெரியும். தங்களுக்கு அருமையானவர்களைக் காணக் காத்திருப்பவர்களுக்குத் தான் ஒரு மணி நேரம் எவ்வளவு அருமையானது என்பது புரியும். விமான டிக்கட் வாங்கிவிட்டு சற்று தாமதித்ததினால் விமானத்தைத் தவறவிட்டவர்களுக்குத்தான் ஒரு நிமிடத்தின் மதிப்பு தெரியும், வாகனத்தில் செல்லும்போது எதிர்பாராத விதமாக விபத்தினைச் சந்தித்தவர்களுக்குத்தான் ஒரு வினாடியில் ஏற்பட்ட விளைவைச் சித்திக்க முடியும். ஓட்டப்பந்தயத்தில் தங்கப் பதக்கத்தைத் தவறவிட்டவர்களுக்குத்தான் வினாடிக்குக் குறைவான நேரத்தின் மதிப்பை உணர முடியும். ஆகவே காலங்கள் காரியங்களை நகர்த்திக் கொண்டு செல்கிறது என்பதை உதாசீனப்படுத்திவிட முடியாது.

காலங்கள் நம்மைவிட்டுக் கடந்து போய்க்கொண்டிருக்கும் வேளையில் நாம் எதிர்திசை நோக்கிப் பயணித்துக் கொண்டிருக்கிறோம். நமது வாழ்நாட்கள் கடைசிவீடு நோக்கி அதிவேகமாய் பறந்து போய் கொண்டிருக்கிறது. ஒரு குறிப்பிட்ட குறுகிய கால வாழ்வையே இறைவன் இம்மண்ணில் நமக்கு அனுமதித்துத் தந்திருக்கிறார். இன்று நாம் ஒரு நாள்தானே கடந்து போகிறது என எண்ணிக் கொண்டிருப்போம். சிறுதுள்ளி பெருவெள்ளம் என்பது போல் நமது ஆயுசு நாட்கள் திடீரென முடிவுக்கு வரும். அப்போது நாம் அங்கலாய்த்து அழுதுபுலம்பிப் பயனில்லை.

நமக்கு நியமிக்கப்பட்ட அழிவுக்கு முன்னே நாம் பிரதிபலிக்கும் நல்ல நாளாக ஒவ்வொரு நாளையும் கருதிக் கொள்ள வேண்டும். வருடங்கள் தோறும் நமது வயது ஏறிக்கொண்டே போகிறது. இனிமேல்

வயதுக்கு வலுவூட்டுவதை விட்டுவிட்டு, வருடத்திற்கு உயிரூட்டுவோம். ஒரு வருடத்தின் 365 நாட்கள் நமக்கு எப்படி பயன்பட்டது என்பதை ஒரு கணம் எண்ணிப் பார்ப்போம். நமது நாட்களை எண்ணும் அறிவு நமக்கிருக்க வேண்டும். இல்லாவிடில் சங்கீதக்காரன் சொல்லுகிறதுபோல நமது நாட்கள் ஒரு கதையைப் போல கழிந்து விடும். நாட்கள் பொல்லாதவைகளானதால் காலத்தைப் பிரயோஜனப்படுத்திக் கொள்ளுங்கள்.

*****

23. நஞ்சு சாப்பிடும் நிலங்கள்

ஆதியிலே தேவன் வானத்தையும் பூமியையும் படைத்தார் (ஆதி. 1:1). மனிதனிலிருந்தோ, பூவுலகிலிருந்தோ அது ஆரம்பிக்கவில்லை ஆதியிலே இருந்த தேவனிலிருந்து அது ஆரம்பிக்கிறது. அவர் நித்திய தேவன், ஆதியும் அந்தமும் இல்லாத அற்புத தேவன், அவர் ஒன்றுமில்லாமையிலிருந்து எல்லாவற்றையும் உண்டாக்கினார். அவர் சொல்ல ஆயிற்று. அவர் கட்டளையிட நின்றது. பூமியை அந்தரத்திலே தொங்க வைத்தார் என வேதம் திட்டவட்டமாய்த் தெரிவிக்கிறது.

தேவனாகிய கர்த்தர் மனுமக்களை ஏதேன் தோட்டத்தில் அழைத்துக் கொண்டு வந்து அதைப் பண்படுத்தவும் பாதுகாக்கவும் வைத்தார் (ஆதி. 3:15). இவ்விதம் இயற்கையின் எழிலிலே இறைவன் மனுமக்களை வைத்து அனைத்தையும் அவர்கள் ஆளுகைக்கு உட்படுத்தினார். கர்த்தரின் கரத்தினால் உருவாக்கப்பட்ட ஆதாம்-ஏவாள் பெற்றெடுத்த காயீன் நிலத்தைப் பயிரிடுகிறவனானான் (ஆதி. 1:2). அவ்விதம் உலகில் தோன்றிய முதல் தொழில் உழவுத் தொழில் ஆயிற்று. முகத்தின் வியர்வை நிலத்தில் சிந்த பாடுபட்டு உழைக்க வேண்டியது வாழ்வின் நியதி ஆகியது. இயற்கையோடு இயைந்த விவசாயம் அந்நாளில் இருந்தது.

'வயிற்றுக்குச் சோறிடவேண்டும். இங்கு வாழும் மனிதருக் கெல்லாம்' என்ற பாரதியாரின் பாடலுக்கேற்ப உணவு உற்பத்தி என்பது உலகில் இன்றியமையாத ஒன்றாகி விட்டது. நாங்கள் சேற்றில் கால் வைக்காவிடில் நீங்கள் சோற்றில் கை வைக்க முடியாது என்று சொல்லும் அளவிற்கு விவசாயிகளின் குரலில் வலிமை இருக்கிறது. எங்கள் ஏரோட்டம் நின்று போனால் உங்கள் காரோட்டம் என்னவாகும் என்று கேட்கும் அளவிற்கு அவர்களிடம் ஆற்றல் காணப்படுகிறது.

46

இந்நிலையில் விவசாயத்தில் உணவு உற்பத்தி ஒன்றை மட்டுமே குறிக்கோளாகக் கொண்டு அளவுக்கதிகமாக இரசாயன உரங்களையும், நச்சுத் தன்மை கொண்ட பூச்சிக் கொல்லிகளையும் அவற்றின் பின் விளைவுகளைக்கூட எண்ணிப்பார்க்காமல் விவசாயிகள் பயன்படுத்தத் துவங்கி விட்டார்கள். இதனால் சுற்றுச் சூழல் மாசுபடுவதுடன் நாம் உண்ணும் உணவும் அருந்தும் நீரும் நஞ்சாக்கப்படுகிறது. இதன் விளைவாக பல நோய்கள் மற்றும் உடல் நலக்கேடுகள் மனித குலத்திற்கும் அதன் சுற்றுச் சூழலுக்கும் ஏற்பட்டு வருகிறது. இந்நிலை நீடித்தால் மனித குலத்திற்கே ஒரு அழிவு ஏற்படலாம் என உலக விஞ்ஞானிகள் அஞ்சுகின்றனர்.

ஏனெனில் நாம் உபயோகிக்கும் இரசாயன உரங்கள் மற்றும் பூச்சி மருந்துகள் அனைத்தும் நச்சுத்தன்மை கொண்டவையே. இவற்றின் உபயோகத்தால் காற்றில் நச்சுத்தன்மை பரவி சுவாசிக்கும் போது நம் உடலுக்குள் செல்கிறது. அதே போன்று சில பூச்சி மருந்துகள் தானியங்களில் தங்கி, அவற்றை உண்ணும் போது நச்சுத்தன்மை நம் உடலுக்குள் பரவுகிறது. மேலும் வைக்கோல் மூலம் பாலில் நச்சுத்தன்மை தங்கி, அதை நாம் பருகும் போது, அந்த நச்சுத்தன்மை நம் உடலுக்குள் பாய்கிறது. அண்மையில் நடத்தப்பட்ட ஆராய்ச்சிகளின் மூலம் தாய்ப்பாலிலும் வியக்கத்தக்க அளவிற்கு நச்சுத்தன்மை கலந்திருப்பதை கண்டறிந்துள்ளனர்.

இது போன்ற பிரச்சினைகள் நம் நாட்டில் மட்டுமல்லாமல் விவசாயத்தில் முன்னேற்றம் அடைந்துள்ள பல நாடுகளிலும் தோன்றியுள்ளது. எனவே விவசாயத்தில் இயற்கை முறையில் புதிய அணுகு முறைகள் கண்டுபிடிக்கப்பட்டுள்ளன. இயற்கை சூழலைப் புரிந்து கொண்டு அதன்படி செயல்பட்டால் இரசாயன உரங்கள். பூச்சிக் கொல்லிகள் போன்றவற்றைப் பயன்படுத்தாமலேயே வளமான பயிரை நாம் வளர்க்க இயலும். மேலும் பயிரின் தேவைக்கு ஏற்ப இயற்கை உரங்கள் மற்றும் தாவர பூச்சிக் கொல்லிகள் தற்போது விற்பனைக்கு வந்து விட்டன. இதன் மூலம் இயற்கையில் கிடைக்கும் பொருட்களைக் கொண்டே விவசாயம் செய்து இறைவன் படைத்த ஆதிமனிதனைப் போல் இன்னல் அற்ற இயற்கை எழிலில் இன்ப வாழ்வு வாழலாம்.

*****

24. தர்மம் தலைகாக்கும்

ஈகை கர்த்தராகிய இயேசு கிறிஸ்து விரும்பும் நற்கிரியைகளில் ஒன்றாகும். உலகப் பிரகாரமான பலன்களைக் கருதிச் செய்யும் ஈகை, பதவிகளைக் கைப்பற்றச் செய்யும் ஈகை, சுறுப்புப்பயணத்தை மறைக்கச் செய்யும் ஈகை, கலங்கிய மனதை அமைதிப்படுத்தச் செய்யும் ஈகை எனப் பலவித ஈகைகள் உள்ளன. இவையெல்லாம் கிறிஸ்தவ ஈகை அல்ல. கிறிஸ்தவ ஈகை அந்தரங்க ஈகை. அது அன்பின் எதிரொலி. அதற்கு அடையாளம் கல்வாரி அன்பு. தண்டனை எனக்கு, மன்னிப்பு உனக்கு என்றார் கர்த்தராகிய இயேசு கிறிஸ்து.

நமது இல்லங்களில் நடக்கின்ற விருந்து நிகழ்ச்சிகளில் யார் யாரை அழைப்பது என்பதில் மிகக்கவனமாக இருப்போம். நமக்கு வேண்டிய சொந்தக்காரர்கள், நெருங்கிய நண்பர்கள், பக்கத்து வீட்டு பணக்காரர்கள், பலகாலம் நம்மோடு பழகியவர்கள், பலவிதத்தில் பயன்படக்கூடியவர்கள் என்று ஒரு பட்டியல் தயார் செய்வோம். சுருங்கச் சொன்னால் நமக்கு ஏதாவது அவர்கள் திரும்பச் செய்யவேண்டும் என்ற எதிர்பார்ப்பு நம்முடைய அழைத்தலிலே தொக்கி நிற்கும். ஆனால் இயேசு என்ன சொல்கிறார் தெரியுமா? நீ பகல் விருந்தாவது இராவிருந்தாவது பண்ணும் போது உன் சிநேகிதரையாகிலும், உன் சகோதரரையாகிலும், உன் பந்து ஜனங்களையாகிலும், ஐசுவரியமுள்ள அயலகத்தாரையாகிலும் அழைக்க வேண்டாம். அழைத்தால் அவர்களும் உன்னை அழைப்பார்கள். நீ விருந்து பண்ணும் போது ஏழைகளையும், ஊனரையும், சப்பாணிகளையும், குருடரையும் அழைப்பாயாக அப்பொழுது நீ பாக்கியவானாயிருப்பாய் (லூக். 14:12-14)

ஒரு நல்லகாரியம் நடைபெறும் போது இன்னார் இவ்வளவு கொடுத்தார் என்ற விளம்பரங்களைப் பார்த்திருப்பீர்கள். இன்னார் இவ்வளவு தியாகம் செய்தார் என்ற புகழாரங்களைக் கேட்டிருப்பீர்கள். தெருவில் போகும் பிச்சைக்காரனுக்குக் கொடுப்பதிலிருந்து ஆலயத்தில் படைக்கும் காணிக்கை வரை பக்கத்தவர்கள் பார்க்க வேண்டும், பிறர் அதைப்பற்றி பேச வேண்டும், ஊரார் போற்றிப் புகழ வேண்டும் என்று ஒவ்வொருவரும் விரும்புகிறார்கள். இத்தகைய வர்த்தக விளம்பர ஈகைகளுக்கு பரலோகத்தில் பலன் இல்லை. இதைக்குறித்து இயேசு சொல்வதைக் கேளுங்கள். நீயோ தர்மம் செய்யும் போது, உன்

தர்மம் அந்தரங்கமாயிருப்பதற்கு உன் வலது கை செய்கிறதை உன் இடது கை அறியாதிருக்கக்கடவது. அப்பொழுது அந்தரங்கத்தில் பார்க்கிற உன் பிதா தாமே உனக்கு வெளியரங்கமாய் பலனளிப்பார் (மத் 6:3,4).

'தர்மம் தலை காக்கும்' என்று சொல்வார்கள். எனவே தர்மசிந்தனை நம்மிடம் ஏராளமாய் தவழவேண்டும். சிறுமைப்பட்டவன் மேல் சிந்தையுள்ளவன் பாக்கியவான். தீங்கு நாளில் கர்த்தர் அவனை விடுவிப்பார் (சங். 41:1). நாம் வாழுகின்ற பாதுகாப்பற்ற உலகத்தில் இது எத்தனை ஆறுதலான வார்த்தை. பயங்கரவாதங்கள் பெருகிவரும் இந்த உலகில் பாதுகாப்பிற்கு உத்திரவாதம் இல்லை. ஆனால் சிறுமைப் பட்டவன் மேல் சிந்தையுள்ளவனின் பாதுகாப்பிற்கு எப்போதும் உத்திரவாதம் உண்டு. அப்போஸ்தவர்கள் தரித்திரரைக் குறித்து நித்தியமாய் நினைத்துக் கொண்டிருந்தார்கள். அதைப்பின்பற்றி வறியவர், குருடர், செவிடர், முடவர், ஊமையர் வாழ்வினில் வசந்தம் வீச இன்றைய தலைமுறை எடுத்து வரும் முயற்சிகள் மெச்சத்தக்கது. ஏனெனில் ஏழைக்கு இரங்குகிறவன் கர்த்தருக்குக் கடன் கொடுக்கிறான். அவன் கொடுத்ததை அவர் திரும்பக் கொடுப்பார். (நீதி. 19:17).

பிறருக்கு நன்மை செய்யாமலிருப்பதும், ஏழைகளுக்கு உதவி செய்யாமலிருப்பதும் பாவமாகவே கருதப்படுகிறது. பத்துக் கற்பனை களில் இவை இடம் பெறவில்லையே என வாதிட வந்து விடாதீர்கள். செல்வந்தன் ஒருவன் இரத்தாம்பரமும், விலையேறப்பெற்ற வஸ்திரமும் தரித்து அனுதினமும் கெம்பீரமாக வாழ்ந்தான். அவன் தன் வாசற்படியில் கிடந்த லாசருவைக் குறித்து கவலைப்படவில்லை. இருவரும் மரித் தார்கள் செவ்வந்தன் நரகத்திற்கும், லாசரு மோட்சத்திற்கும் சென்றார் கள் (லூக். 16:19-22) நாம் பாவம் என்று எண்ணுகிற எவ்வித பாவத்தை யும் இந்த ஐசுவரியவான் செய்ததாகத் தெரியவில்லை. பாடுபட்டு பணத்தைச் சம்பாதித்த செல்வந்தன் அதைத் தன் சுயநலனுக்காக மட்டுமே செலவழித்தான். ஏழை எளியவர்களைக் குறித்து எள்ளள வேனும் இரக்கம் இன்றி இருந்தான். இதுவே அவன் நரகம் செல்வதற்கு ஏதுவான பாவமாயிற்று. இது தேவையா நமக்கு? ஏழைகளுக்கு இரங்கி ஈவதே பாக்கியம்.

*****

49

25. குதூகல குடும்பம்

உலகில் தேவன் நமக்குத் தந்த முதல் நிறுவனம் குடும்பம். குடும்பம் என்பது அனேக அழகிய நினைவுகளையும், கனவுகளையும் மனதில் கொண்டுவரும் ஒரு அருமையான அமைப்பு. ஒரு குடும்பம் வசிக்கும் வீடு என்பது ஒரு விடுதியல்ல, ஏதோ ஒருசிலர் தங்கி இளைப்பாறி உண்டு எழும்பிப்போகும் ஒரு இடமல்ல. அது பூமியிலே பரலோகத்தைக் கட்டி எழுப்பும் ஒரு கலைக்கூடம். நமது பிள்ளைகள் செம்மையாய் வடிவமைப்பதற்குப் பயன்படும் ஒரு தொழிற்கூடம். நமது வீடுகள் அழகாயிருப்பதை விட அங்கிருந்து உருவாக்கப்படும் நமது பிள்ளைகள் அறிவாய் இருக்க வேண்டியது அவசியம். நமது வீடுகள் மற்றவர்களால் ரசிக்கப்படுவதைவிட நமது பிள்ளைகளால் விரும்பப்படும் இடமாயிருப்பது முக்கியம். எனவே குடும்பத்தில் நமது கடமை என்ன என்பதைப்பற்றிச் சற்று நாம் சிந்திப்போம்.

அக்கம் பக்கத்தில் வசிப்பவர்கள் தங்கள் வாழ்க்கைக்கும் உங்கள் வாழ்க்கைக்கும் இடையே ஒரு நல்ல வேறுபாடு இருப்பதை உணரத்தக்க விதத்தில் முன்மாதிரியாக வாழ வேண்டும். உங்கள் பிள்ளைகளுக்குப் பள்ளிப்பாடங்கள் சொல்லிக் கொடுக்க நீங்கள் காட்டும் அக்கறை வேதத்தைச் சொல்லிக்கொடுப்பதிலும் இருக்கட்டும் (உபா. 6:7). சிறு பருவத்திலிருந்தே அதைச் சிறப்புடன் செய்யுங்கள். ஐந்தில் வளையாதது ஐம்பதில் வளையாது அல்லவா? கடமையை மறந்தால் காலம் கடந்தபின் கஷ்டப்பட நேரிடும். தேவன் உங்களை வைத்திருக்கும் நிலையில் திருப்தியடைந்து மன ரம்மியமாயிருக்கக் கற்றுக் கொள்ளுங்கள். ஏற்ற வேளையில் உங்களுக்குரியதைத் தேவன் தருவார்.

நீங்கள் வசிக்கும் வீடு சிறியதாக இருந்தாலும் பெரியதாக இருந்தாலும் சுத்தமும் சுகாதாரமும் அங்கு கொடிகட்டிப் பறக்கட்டும். திறந்திருக்கும் வீட்டை சுத்தமாய் வைக்க இயலாதவர்களால் மறைந்திருக்கும் இருதயத்தைப் பரிசுத்தமாய் காக்கவும் முடியாமல் போய்விடும் வீட்டுவசதி சரியில்லை என்பதற்காகக் குப்பைகளுக்கு நடுவே குடியிருப்பதில் திருப்தியடைந்து விடக்கூடாது. வாழ்க்கையில் பல ஒழுங்குகளை வற்புறுத்துகின்ற கிறிஸ்தவம், நமது வசிப்பிடங்களிலும் சில ஒழுங்குகளை நிலைநாட்டத் தூண்டுகின்றது. எப்படியும் வாழலாம் என்பதல்ல. இப்படித்தான் வாழவேண்டும் என்பதே இனிமையான வாழ்வு, கந்தையானாலும் கசக்கிக்கட்டு என்பதற்கேற்ப ஆடைகளை சுத்தமாகத்

துவைத்து அணியுங்கள். உன் அலங்கத்திற்குள்ளே சமாதானமும் உன் அரமனைகளுக்குள்ளே சுகமும் இருப்பதாக (சங். 122:7).

வீட்டு வேலைகளை எளிதாக்குவதாக எண்ணி உங்கள் வீட்டை இயந்திர மயமாக்காதிருங்கள். உங்கள் உடலுக்குரிய உழைப்பை தினமும் கொடுக்கத் தவறி விடாதிருங்கள். தேவன் ஒவ்வொருவருக்கும் வித்தியாசமான தாலந்துகளைத் தந்திருக்கிறார். தேவன் ஒவ்வொருவருடைய திறமைக்குத் தக்கதாகத் தாலந்துகளைத் தருகிறார் கடமையின் வேர்கள் கசப்பானவை. ஆனால் அதன் கனிகளோ மதுரமானவை. மேதாவித்தனம் என்பது ஒரு பங்கு அறிவும், 99 பங்கு உழைப்பும் கொண்டது என்று உலகப்புகழ்பெற்ற அமெரிக்க நாட்டு விஞ்ஞானி தாமஸ் ஆல்வா எடிசன் கூறியுள்ளார். உழைப்பின் வாரா உறுதிகள் உளவோ?

மனிதனுக்குக் கர்த்தர் காலத்தை அளந்து தந்திருக்கிறார். சோம்போறிகளாக, ஊர்சுற்றித் திரிபவர்களாக வம்பர்களாக வெட்டுப்பேச்சிலே தேவன் தந்த பொன்னான நேரத்தை வீணாடிப்பது தரித்திரத்தைச் துரிதமாய் வருவிக்கும். நாட்கள் பொல்லாதவைக ளானபடியால் காலத்தைப் பிரயோஜனப்படுத்திக் கொள்ளுங்கள். உனக்குக் கிடைத்த இந்த நாளிலாகிலும் உன் சமாதானத்துக் கேற்றவைகளை நீ அறிந்திருந்தாயானால் நலமாயிருக்கும் என்பது கர்த்தர் சொன்ன வாக்கல்லவா? காலத்தின் அருமையை அறிந்து வாழாவிடில் கண்ணீர் விடுவது நிச்சயமல்லவா?

நாம் ஜெயம் கொள்ளப்பிறந்தவர்கள். வெற்றியாய் வாழுவதற்கான உள்ளுணர்வை கடவுள் நமக்கு இயற்கையாகவே அருளிச் செய்திருக்கிறார். உங்கள் கவலைகளையெல்லாம் கிறிஸ்துவின் பாதத்தில் இறக்கிவையுங்கள். உங்கள் இருதயத்தை ஜெபத்திலே ஊற்றி கடமையைச் செய்யுங்கள். "ஜெபமே ஜெயம்" என்பது உங்கள் தாரக மந்திரமாகட்டும். குடும்ப ஜெபம் இல்லாத வீடு கூரையில்லாத வீடு. ஒரு குடும்பத்தில் மனிதன் பிறக்கும்போது தாலாட்டு, இறக்கும் போது நீராட்டு, இடையில் வருந்திப்பெற வேண்டியது தான் பாராட்டு. அதற்கு நாம் நமது கடமைகளைக் கண்ணியத்துடனும், கட்டுப்பாட்டுடனும் செய்து முடிக்க வேண்டும். அப்போது நமது குடும்பம் ஒரு குதூகலக்குடும்பமாகத் திகழும்.

*****

51

26. ஆன்மீக கட்டுப்பாடு

ஒருமனிதன் தன்னைப்படைத்த இறைவனோடு உறவாடுவதற்கும். அவர் சித்தம் செய்வதற்கும் எடுத்துக்கொள்ளும் அசாதாரண முயற்சியே ஆன்மீகக் கட்டுப்பாடு ஆகும். அதற்கு அடிப்படையாக விளங்குவது தான் உபவாசம் கிறிஸ்டோபர் சட்டன் என்பவர் உபவாசமும் தர்மமும் நமது ஜெபங்களைத் தேவனண்டை பறந்த போகச் செய்கிற இரு இறக்கைகளாயிருக்கின்றன என்கிறார். உபவாசத்தோடு தொடர்புடைய தனிமை, அமைதி, தியானம், ஜெபம், தர்மம் போன்ற செயல்கள் அனைத்தும் அதிக வல்லமை வாய்ந்தவை. இவையனைத்தும் இறைவனைக் கிட்டிச்சேர உதவுகிறது. எனவே ஆன்மிக வாழ்வு அனலோடு திகழ உபவாசம் உந்து சக்தியை அளிக்கிறது.

ஆன்மீகக் கட்டுப்பாடு சரீர முயற்சியினால் மட்டும் வருவதில்லை இதற்காக உடலை இயன்றமட்டும் வருத்தி ஒடுக்கி வாழ்ந்து விட்டால் இறைவனை அண்டிவிடலாம் என்று எண்ணி ஏமாற வேண்டாம் அநேகர் அறியாமையினால் இன்று இதைத்தான் செய்து கொண்டிருக்கிறார்கள். உள்ளத்தில் ஒழுங்கு முற்றிலும் குறைந்திருந்தால் நாம் புறத்தில் ஒழுங்கை நிலைநாட்ட முடியாது என்கிறார் ஷேக்ஸ்பியர். மனதையும் மாமிசத்தையும் ஆன்மீகச் கட்டுப்பாட்டுக்குள் கொண்டு வருவது எளிதான காரியம் அல்ல. பரிசுத்தபவுல் இதைக்குறித்து, நான் விரும்புகிறதைச் செய்யாமல், வெறுக்கிறதையே செய்கிறேன் (ரோமர் 7:15) என்று சொல்லுகிறார். எனவே அவர் மற்றவர்களுக்குப் பிரசங்கம் பண்ணுகிற நான்தானே ஆகாதவனாய்ப் போகாதபடிக்கு என் சரீரத்தை ஒடுக்கி கீழ்ப்படுத்துகிறேன் என்று தன்னுடைய நிலையைத் தெரிவிக்கிறார். ஆகவே ஆவியின் வழியில் நடக்க நமக்கு உபவாசம் போன்ற ஆன்மீக கட்டுப்பாடுகள் அவசியமாகிறது.

சமூகசேவையே இறைவன் சேவை என்பதை நிலைநாட்டி சரித்திரம் படைத்தவர் அன்னை தெரசா அம்மையார். உண்மையான உபவாசத்தைக்குறித்து தீர்க்கன் ஏசாயா தெளிவாக எழுதி வைத்திருக்கிறார். அதாவது மனுஷன் தன் ஆத்துமாவை ஒடுக்குகிறதும் தலைவணங்கி நாணலைப் போல் இருட்டிலும் சாம்பலிலும் படுத்து கொள்கிறதும் உண்மையான உபவாசம் அல்ல என்றும், அக்கிரமத்தின் கட்டுகளை அவிழ்க்கிறதும், நுகத்தடியின் பிணையல்களை

நெகிழ்க்கிறதும் நெருக்கப்பட்டிருக்கிறவர்களை விடுதலையாக்கி விடுகிறதும், சகல நுகத்தடிகளையும் உடைத்துப் போடுகிறதும், பசியுள்ளவனுக்கு உன் ஆகாரத்தைப் பகிர்ந்து கொடுக்கிறதும் துரத்துண்ட சிறுமையானவர்களை வீட்டிலே சேர்த்துக் கொள்கிறதும் வஸ்திரமில்லாதவனைக் கண்டால் அவனுக்கு வஸ்திரம் கொடுக்கிறதும், உன் மாம்சமானவனுக்கு உன்னை ஒளிக்காமலிருக்கிறதும் அல்லவோ எனக்கு உகந்த உபவாசம் (ஏசா 58:5-7) என்று குறிப்பிடுகின்றார். இத்தகைய உபவாசத்தை கடைபிடிப்பவர்கள்தான் உலகிற்கு உப்பாகவும், ஒளியாகவும் திகழ முடியும்.

இறைவனின் சாயலில் உருவாக்கப்பட்ட நாம் அச்சாயலின் மேன்மையை இழந்து போகாமலிருக்க உபவாசம் என்ற ஆன்மீக நோன்பு துணைபுரிகிறது. அதற்காக இன்றைய அரசியல்வாதிகள் செய்வது போல் மனிதர் காணும் பொருட்டாகத் தங்கள் முகங்களை வாடப்பண்ணி, உபவாசிக்கிறதினால் எந்தப் பலனும் இல்லை, நீயோ உபவாசிக்கும்போது இந்த உபவாசம் மனுஷர்களுக்குக் காணப்படாமல், அந்தரங்கத்தில் பார்க்கிற உன் பிதாவுக்கே காணப்படும்படியாகச் செய்தால் அதைப்பார்க்கிற உன்பிதா உனக்கு வெளியரங்கமாய் பதிலளிப்பார். (மத் 6 : 17, 18) என்று இயேசு கூறியுள்ளார். இயேசுவும் நமக்கு முன்மாதிரியாக 40 நாட்கள் இரவும் பகலும் உபவாசம் இருந்துள்ளார். இஸ்ரவேல் ஜனங்களும், நினிவே மக்களும் உபவாசித்த செய்திகள் வேதத்தில் உள்ளன. உபவாசம் செய்யும் போது சரீர இச்சைகள் தணிந்து, பாவங்கள் உணர்த்தப்பட்டு, ஆவியின் சிந்தனை வெளிப்பட்டு ஆன்மீக விடுதலை கிடைக்கிறது.

*****

27. மனத்தின் மந்திரசக்தி

மனம் மகத்தான சக்தி படைத்தது. மனங்களில் ஏற்படும் ஊனங்களால் மனிதன் மன நோயாளியாக மாறுகிறான். ஊனங்கள் பிறக்கும் போதும் ஏற்படலாம். பிறந்த பின்னும் ஏற்படலாம். பிறக்கும் போதே அநேகர் குருடர்களாக, செவிடர்களாக, முடவர்களாக, ஊமையர்களாக மனவளர்ச்சி குன்றியவர்களாகப் பிறக்கிறார்கள். மற்றபடி எதிர்பாராமல் ஏற்படும் விபத்துக்கள், திடீரென நிகழும் மோதல்கள், நடக்கும் போது தடுக்கி விழுதல் போன்றவற்றால் அநேகர் ஊன

மடைகிறார்கள். இந்த ஊனங்கள் எல்லாம் வெளியில் தெரிபவை. ஆனால் வெளியே தெரியாமல் மனதில் ஊனமுள்ளவர்களாய்ப் பலர் நடமாடுகிறார்கள். இந்தகைய ஊனம் மிகவும் ஆயத்தானது. இந்நோய் அவர்களை அழுக்கி, பெலவீனப்படுத்தி, வியாதியில் வீழ்த்தி, மரணத்தின் கோரப் பிடிக்குள் கொண்டு போய்விடும்.

அன்றாடவாழ்வில் பிறரோடு போடும் சண்டைகள், பாவ அக்கிரமங்கள், அவசியமற்ற பயங்கள், பொறாமை பூசல்கள், ஆசாபாசங்கள் ஆகியவற்றால் உள்ளம் ஊனமடைகிறது. ஊனமுள்ள உள்ளம் நொறுங்கிக் காணப்படும். அத்தகைய உள்ளம் உடையவர்கள் நம்பிக்கையிழந்து, மனம் சோர்ந்து, தினமும் பதறி, மனம் சிதறி, கதறிக் கொண்டேயிருப்பார்கள். அவர்கள் வாழ்க்கையில் விரக்தியும், தற்கொலை எண்ணமும் அடிக்கடி ஏற்படும். பழிவாங்கும் எண்ணம் கொண்ட இவர்கள் மன நோயாளிகளாகவே மாறி விடுவார்கள். மன நோய்க்காகச் சிகிச்சை பெறும்படி மருத்துவ மனைகளில் இருக்கிறவர்கள் தங்கள் பாவப் பிரச்சினைக்கு விடை காண்பார்களானால் அவர்களுக்கு நிச்சயமாய் சுகம் கிடைக்கும் என்று மனோதத்துவ நிபுணர்கள் கருதுகின்றனர். மனநோய் மாத்திரமல்ல, மனிதனின் உடலில் உள்ள பல்வேறு நோய்களுக்கும் அவனுடைய மனமே காரணம். ஆகவே மனமே மருந்து என்பதை அறிந்து வாழ்ந்தால் நோய்கள் விலகிவிடும்.

மனித மனத்தை ஆட்டிப்படைக்கும் பயம் மனுக்குலத்தை வாட்டி வதைக்கும் ஒரு ஆபத்தான குணம். மனிதன் எப்போதும் எதிர்காலத்தை எண்ணி ஏங்குகிறான்; தனிமையை நினைத்து தவிக்கிறான்; தோல்வியைக் கண்டு துவளுகிறான். வியாதியை நோக்கி நடுங்குகிறான். முதுமையைப் பார்த்து பயப்படுகிறான். மரணத்தைச் சிந்தித்து கலங்குகிறான். ஒருவன் வாழ்க்கை முழுவதும் அஞ்சி நடுங்கிக் கொண்டிருந்தால் உடல் ஊனமுள்ளவனை விட இவனே பரிதாபத்திற்குரியவன். இவன் வாழ்வில் நிம்மதியும் சுகமும் ஒருபோதும் ஏற்படுவதில்லை. எனவே நமது கடவுள் இவர்களுக்குச் சொல்லும் தைரியமூட்டும் வார்த்தைகளை வாசித்தும் பாருங்கள். தாயின் வயிற்றில் தோன்றினது முதல் உங்களைத் தாங்கினேன்...... இனி மட்டும் நான் உங்களைத் தாங்குவேன்.........இனி மேலும் நான் ஏந்துவேன் நான் சுமப்பேன். தப்புவிப்பேன் (ஏசா.46:4). எனவே உலக பயங்களை உதறித் தள்ளிவிட்டு உன்னதர் ஒருவருக்கே பயந்து வாழ்வோம் கர்த்தருக்குப் பயப்படுதல் ஆயுசு நாட்களைப் பெருகப்பண்ணும் (நீதி. 10:27).

ஆசையே அனைத்து துன்பத்துக்கும் காரணம் என்றான் புத்தன். பண ஆசையினாலே பலர் அநேக வேதனைகளாலே தங்களை உருவக் குத்திக் கொண்டிருக்கிறார்கள் (1 தீமோ. 6:10). இவ்விதம் சமாதானத்தை இழந்து ஊனமுள்ள மனதுடன் சுற்றித் திரிகிறவர்கள் ஏராளம், குற்ற உணர்வுள்ளவர்களும் தினமும் மன நோயினால் பாதிக்கப்படுகிறார்கள். சிறையிலடைக்கப்பட்ட போது பேதுரு குறட்டை விட்டுத் தூங்கினார். பவுல் மகிழ்ச்சியால் குரலெழுப்பித் துதித்தார். கடவுள் கூப்பிடுகிற காக்கைக் குஞ்சுக்கும், சிங்கக் குட்டிகளுக்கும் ஆகாரம் கொடுக்கிறவர். காட்டுப்புஷ்பங்களை அழகாய் உடுத்துவிக்கிறவர். ஆகாயத்துப் பறவைகளுக்கு ஆகாரம் கொடுக்கிறவர். தன்னை நேசிக்கும் தம் பிள்ளைகளைக் காப்பாற்றாமல் இருப்பாரோ? வருத்தப்பட்டு பாரம் சுமக்கிறவர்களே நீங்கள் எல்லாரும் என்னிடத்தில் வாருங்கள்' நான் உங்களுக்கு இளைப்பாறுதல் தருவேன் (மத். 11:28) என்கிறார். எனவே மனநோய் இன்றி மகிழ்ச்சியுடன் வாழ மகிபன் பாதம் பற்றிக் கொள்வோம்.

*****

28. கருகும் அரும்புகள்

"இன்றைய குழந்தைகள் நாளைய தலைவர்கள்" என்பது நாமறிந்த உண்மை. இதனால் தானோ என்னமோ குழந்தைகள் பிறந்தவுடன் தொட்டிலில் போட்டுத் தாலாட்டும் தாய் "ஆராரோ ஆரிவரோ" என்று அர்த்தத்தோடு பாடுகிறாள். கண்ணென்றும். மணியென்றும், பொன்னென்றும், பூவென்றும், சிட்டென்றும் சிமிழென்றும், தேனென்றும், அமுதென்றும் தாலாட்டி, சீராட்டி, பாராட்டி வளர்க்கப்படும் குழந்தைகள் ஆண்டவர் அருளிய ஆனந்தச் செல்வங்கள். இந்தக் குழந்தைகள் வீரரின் கையிலுள்ள அம்புகளுக்கு ஒப்பானவர்கள் (தி.பா. 127 : 4) என்று திருமறை விளம்புகிறது.

நாம் தெரிந்தோ தெரியாமலோ மலர்ந்து மணம் வீச வேண்டிய இந்த இளம் மொட்டுகளைக் குழந்தைத் தொழிலாளர்கள் என்ற போர்வையில் சமுதாய சுயநலவாதிகளின் கைப்பாவைகளாக்கி பிஞ்சுப் பருவத்திலேயே கருகிடச் செய்கின்றோம். எதுவுமறியாத ஏழைச்சிறுவர்களுக்கு ஏற்படுகின்ற இந்தச் சமுக அநீதியை நாம் அனுமதித்தால் மனித மதிப்பீடுகளே இல்லாத ஒரு வறண்ட சமுதாயத்தைத்தான் நம்மால் உருவாக்க இயலும், இத்தகைய

55

அருவருக்கத்தக்க சமூக அமைப்பிற்கு உரமிட்டு வளமூட்டுவதை இனிமேலேனும் வெறுப்போம்.

பணக்காரர்களின் வீடுகளிலும் உணவு விடுதிகளிலும் விரயமாக்கப்பட்டு வெளியில் வீசப்படும் உணவுப்பண்டங்களுக்காக ஏங்கித்தவிக்கும் ஏழைகள் எத்தனையோபேர் இன்னும் இருக்கின்றனர். தங்கள் வயிறைக் கழுவிக் கொள்வதற்காக குப்பைத் தொட்டிகளைக்கூடக் கிளறிப்பார்க்கும் அப்பாவி பாமர மக்களைப் பார்ப்பது பாரத நாட்டில் அன்றாடக்காட்சிகள். இத்தலைய நிலையில்தான் நம் நாட்டில் குழந்தைத் தொழிலாளர்கள் பெருகி வருகின்றனர். உலகிலேயே அதிகமான இளைஞர்களைக் கொண்டநாடு நம்நாடு என்று பெருமை பேசும் நமக்கு குழந்தைகளைப் பள்ளத்தில் தள்ளுவது பரிதாபமாகத் தெரியவில்லையா?

நமது நாட்டின் உச்சநீதிமன்றம் இதுகுறித்து தெள்ளத்தெளிவாக ஒரு தீர்ப்பினை வழங்கியிருக்கிறது. அதில் ஏயத்துப் பிழைக்கும். கொள்ளைலாபம் அடிக்கத்துடிக்கும், சமுதாயத்தின் சாற்றினைப்பிழியும், ஈவிரக்கமற்ற முதலாளிகள் தான் இத்தகைய அநியாயத்தை ஆரவாரத்துடன் அரங்கேற்றிக் கொண்டிருக்கிறார்கள் என்று தெரிவித்திருக்கிறது. குழந்தைகளின் வறுமையை முதலீடாகக்கொண்டு சமுதாயத்தின் சாறை உறிஞ்சும் முதலாளிகளுக்கு உடனே கடிவாளம் போட்டாக வேண்டும். இந்த முதலீட்டுத் தத்துவத்தின் முதுகெலும்பை முறித்துவிட்டால்தான் குழந்தைத் தொழிலாளர்களின் விடுதலை கீதத்தை வீதியெங்கும் கேட்க முடியும்.

6 வயது முதல் 14 வயது வரையுள்ள அனைத்துக் குழந்தைகளுக்கும் கட்டாய இலவசக் கல்வி வழங்க வேண்டியது மக்களாட்சிமுறையில் தேர்ந்தெடுக்கப்பட்ட நமது குடியரசின் கடமை என்று சொல்லி நமது அரசியல் சாசனம் அசத்துகிறது. "பாருக்குள்ளே நல்லநாடு நமது பாரத நாடு" என்று மார்தட்டிப்பேசும் நாம் சுதந்திரம் பெற்று ஆண்டுகள் அனேகம் ஆனபின்னரும் அனைவருக்கும் ஆரம்பக்கல்வி தராமல் போனது அநியாயம் அல்லவா? எல்லா இடங்களிலும் ஏழ்மை நிலையினால், தங்கள் இளமையைக் காவு கொடுத்து ஏங்கித்தவிக்கும் இளம் சிறுவர்களின் ஏக்கக் குரல்கள் நமது காதுகளில் எதிரொலித்துக் கொண்டேயிருக்கிறது.

*****

29. உலகம் ஒரு குடும்பம்

விண்ணிலுள்ளவை, மண்ணில் உள்ளவை, கட்புலனாகுபவை, கட்புலனாகாதவை, அரியணையில் அமர்வோர், தலைமை தாங்குவோர், ஆட்சியாளர், அதிகாரம் கொண்டோர் ஆகிய அனைவரும் அவரால் படைக்கப்பட்டனர். அனைத்தும் அவர் வழியாய் அவருக்காய் படைக்கப்பட்டன. அனைத்தும் அவரோடிணைந்து நிலைபெறுகின்றன. (கொலோ.1:15-18). இயேசு படைப்பனைத்திலும் தலைப்பேறு என்று பவுலடிகளார் கூறுகிறார். இயேசுவின்மூலம் படைப்பனைத்தும் மீட்புப் பெற கடவுள் விரும்புகின்றார். உலகின் படைப்புகளைக் கடவுள் ஆசீர்வதிக்கின்றார். தங்களைப் படைத்த கடவுளைப் படைப்புகள் ஆராதிக்கின்றன.

மனிதன் உலகோடு தனக்குள்ள உறவை உணராவிட்டால், அவன் வாழும் இடம் சிறைக்கூடமாகிவிடும் என்றார் இரவீந்திரநாத் தாகூர். உயிரினங்கள் அனைத்திலும் ஒருசில வேறுபாடுகள் இருந்தாலும் அனைத்துமே ஒன்றோடொன்று உறவும், தொடர்பும் கொண்டவை' அதனால்தான் இந்த பரந்த உலகை ஒரு பெரிய குடும்பம் என்கிறோம். வானவில் இயற்கையின் செல்வம். பாசவெள்ளத்தின் வெளிப்பாடாக கடவுள் அனைத்து உயிர்களுடனும், அவற்றின் உன்னத வாழ்க்கைக்காக வானவில்லின் அடையாளத்தோடு ஒரு உடன்படிக்கை செய்து கொண்டார். எனக்கும் மண்ணுலகில் வாழும் எல்லா உயிரினங்களுக்கும் இடையே நான் ஏற்படுத்திய உடன்படிக்கையின் அடையாளம் வானவில் (தொ.நூ.9 : 17). இந்த உடன்படிக்கை உலகில் உள்ள அனைத்து உயிர்களும் சகோதரத்துவ உறவோடு, தோழமை உணர்வோடு ஒன்றையொன்று சார்ந்துள்ளன என்கிற புரிந்துணர்தலை நமக்குத் தருகிறது.

யானை முதல் எறும்பு வரை எல்லா உயிரினங்களும் உலகின் நிலையான இயக்கத்திற்கு ஊட்டம் தந்து கொண்டிருக்கின்றன. இந்த பூமியில் வாழும் அனைத்து உயிரினங்களும் ஒன்றையொன்று சார்ந்து வாழ்ந்து வருகின்றன. உயிரினங்களின் மரபணு ஒற்றுமையை நாம் குறைத்து மதிப்பிட முடியாது. தாவர மரபணுக்களுக்கும் மனித மரபணுக்களுக்கும் 50 சதவிகிதம் வரை ஒற்றுமை உள்ளது. புழு பூச்சிகளின் மரபணுக்களையும் மனிதனின் மரபணுக்களையும

ஒப்பிடும்போது 75 சதவிகித ஒற்றுமை காணப்படுகிறது. விலங்குகளின் மரபணுக்களுக்கும் மனிதனின் மரபணுக்களுக்கும் 90 சதவிகிதம் வரை ஒற்றுமை உள்ளது. அதேசமயம் குரங்குகளின் மரபணுவுக்கும் மரபணுவுக்கும் மனிதனின் 98 சதவிகித ஒற்றுமை இருக்கிறது. தற்போது உலகத்தின் உயிரிப்பன்மயம் அழிந்து வருகிறது.

ஆண்டவர் தான் அனைத்து உலகின் தலைவர் என்பதைத் திருப்பாடல் 98 எடுத்துரைக்கின்றது. இதனைத் திருப்பாடல் 103 உறுதிப்படுத்துகின்றது. கடவுள் படைப்புகளுக்கிடையே காணும் இனிய உறவைக் மதிக்கின்றார். கடவுள் தன்னால் படைக்கப்பட்ட உலகத்தின் நல்ல நிகழ்வுகளையும், விளைவுகளையும் பார்த்து மகிழ்ச்சி அடைகிறார். கடவுளை நாம் மகிமைப்படுத்த வேண்டுமானால் அவர் நேசிக்கிற படைப்புகளை நாமும் நிச்சயம் நேசித்தாக வேண்டும். அனைத்து உலகையும் ஒரே கூட்டுக் குடும்பமாக கொண்டாடியவர் நமது ஆண்டவராகிய இயேசுகிறிஸ்து. படைப்பு அனைத்தின் மீதும் இறைவன் கொண்டுள்ள அன்பு விலங்கினங்களையும் உள்ளடக்கியது என்பதை யோனா நூலில் காணலாம். அதில் கடவுள் மனிதர்களுக்கும் கால்நடைகளுக்கும் இரக்கம் காட்டிய நிகழ்ச்சி நெஞ்சை நெகிழச் செய்கிறது (யோனா 4 : 11)

உயிரினங்கள் அனைத்தின் வாழும் முறைகள் உயிரியல் ரீதியாகவும், பௌதீக ரீதியாகவும் பிரித்துப் பார்க்க இயலாத அளவுக்குப் பல்வேறு செயல்பாடுகளில் ஒருமித்து உள்ளன. இவை உலகின் ஓய்வில்லாச் சுழற்சிக்கு கணிசமான பங்களிப்பை வழங்கு கின்றன. மனித இனம் கடவுளின் குடும்பத்தின் ஓர் ஒப்பற்ற அங்கம் ஆகும். படைப்புகள் அனைத்தும் கடவுளின் கருணையால் உணவையும் உறைவிடத்தையும் பெறுகின்றன. காரணம் நாம் அனைவரும் கடவுளின் குடும்பத்தைச் சார்ந்தவர்கள். உயிர பிழைத்திருக்கவேண்டும் என்பதற்காக ஒவ்வொரு உயிரினமும் பல்வேறு நுட்பங்களைத் தமது மரபுக் கூறிலேயே கொண்டிருக்கின்றன. நுண்ணுயிர்கள் கூட நமக்குப் பல்வேறு பயன்களைத் தருபவை. இன்று ஏராளமான தாவரங்களும், விலங்கினங்களும் அழிவின் விளிம்பில் உள்ளன. எண்ணற்ற எழில் அம்சம் கொண்ட உயிரினங்கள் அனைத்தும் தழைக்கும்போது உலகம் செழிப்பின் மீது நல்ல தாக்கத்தை ஏற்படுத்தும்.

*****

30. ஹார்ட்டி தெரபி

மனிதனாய்ப் பிறந்த ஒவ்வொருவரும் நோய் நொடிகளுக்கு ஆளாகாமல் இருக்க முடியாது. அந்த நோய் நொடிக்கு விடை கொடுப்பதில் "ஹார்ட்டி தெரபி" என்னும் மனநல மருத்துவம் தற்போது பிரபலம் அடைந்து வருகிறது. தாவர உலகில் உள்ளதெல்லாம காய்கறிகள், கீரைகள், பழங்கள், பயறுகள், கிழங்குகள், மருந்துகள், மலர்கள், மணங்கள், தானியங்கள், போன்றவை ஆகும். இவை நமது உடலுக்கு ஊட்டசத்துக்களைத் தருவதோடு, உள்ளத்துக்கு உற்சாகத்தை ஊட்டுகிறது. நாம் தாவரங்களை நேரடியாக பார்ப்பதால், தொடுவதால், நுகர்வதால், பராமரிப்பதால் உணர்வுக்கு விருந்தாகிறது. நமது உற்சாக உழைப்பும், சத்தான உணவும், மகிழ்ச்சியான மனமும் உடலுக்கு மருந்தாகிறது. இத்தகு உன்னதமான மருந்தில்லா மருத்துவ சிகிச்சையே ஹார்ட்டிதெரபி எனப்படுகிறது.

ஹார்ட்டிதெரபி என்னும் தோட்ட மருத்துவம் மூலம் வயதான முதியவர்கள், மனம் சிதைவுற்றவர்கள் மற்றும் உடல் ஊனமுற்றவர்கள் மறுபிறவி எடுக்கிறார்கள். அதற்கு அவர்கள் என்ன செய்கிறார்கள்? அவர்கள் காய்கறி விதைகளை நடுகிறார்கள். பயிர்களை கவனிக்கிறார்கள். பூச்சிகளிடமிருந்து பாதுகாக்கிறார்கள். அழகைப் பார்த்து ரசிக்கிறார்கள். விளைச்சலைக் கண்டு மகிழ்கிறார்கள். அதைச் சாப்பிட்டு ஆனந்தம் அடைகிறார்கள். அவர்களுக்கு நட்டு மகிழ்ச்சி பார்த்து மகிழ்ச்சி, தொட்டு மகிழ்ச்சி, முகர்ந்து மகிழ்ச்சி, நுகர்ந்து மகிழ்ந்து, இப்படி அவர்கள் மனதிலெங்கும் மகிழ்ச்சி. வெண்டை, கத்திரி, தக்காளி, மிளகாய், கீரை, அவரை போன்றவற்றை நட்டு, நீரூற்றி, களையெடுத்து, உரமிட்டு, மருந்தடித்து, பாதுகாத்து, காய்களைப் பறித்தெடுக்கும் போது இனம் புரியாத இன்ப உணர்வு அவர்களின் மனதில் அதிர்வலைகளை ஏற்படுத்துகிறது.

செடி வளர்ப்பு என்கிற ஒரு குறிக்கோள் அவர்களின் வாழ்க்கைக்குப் புது அர்த்தத்தைத் தந்து விடுகிறது. இதன் மூலம் வாழ்க்கையில் ஒரு ஆசை பிறந்து. அது பயிரின் அறுவடை வரை வளர்ந்து, மனதின் இறுக்கத்தைத் தளர்த்தி விடுகிறது. தனிமை நினைப்பில் வெறுப்புற்று விரக்தியுடன் வாழும் ஒருவர் ஒரு பூச்செடியைத் பராமரிக்கும் பொறுப்பை எடுத்துக் கொள்ள வேண்டும். அந்த நபரே

அதற்குப் தண்ணீர் விட்டு, உரம் தந்து, களை பறித்து, மண் அணைத்து மனதார வளர்த்து வரும் போது அதன் ஒவ்வொரு வளர்ச்சியும் அவரது மனத் தளர்ச்சியை நீக்கிவிடுகிறது. அவரது மனதில் பொறுப்புணர்ச்சியையும், நம்பிக்கையையும், தைரியத்தையும் ஏற்படுத்துகிறது. அந்தச் செடியானது தனது முதல் மொட்டை விட்ட நிமிடத்தில் அவரது அழுத்தம், வெறுமை, தனிமை எல்லாம் மாறி வாழ்வில் வசந்தம் வீசுகிறது.

ஹார்ட்டி தெரபி தத்துவத்தின் படி செடி வளர்க்கும் ஒருவருக்கு இது எனது செடி, இது என்னை மட்டும் நம்பியுள்ள செடி, இதை நான் காப்பாற்ற வேண்டும் எனும் பற்றுதல் வேண்டும். இந்த எண்ணம் எழுந்தவுடனே அவரது வாழ்வில் ஒரு புது வெளிச்சம் வீசத் தொடங்கும். ஏனெனில் அவர் அடிக்கடி சென்று செடியைப் பார்க்கிறார். பக்கத்தில் அமர்கிறார், தொட்டுப் பார்க்கிறார், இதனால் பயிர் எழுச்சி பெற்று வளர்ச்சி அடைகிறது. மனமகிழ்ச்சி மற்றும் மங்கள வாழ்வைத் தருவதால், இந்த மருந்தேதுமில்லா மனநல வைத்தியம் மகத்துவம் பெறுகிறது.

*****

31. நாட்டுப்புற சாப்பாடு

நீரூற்றுகளின் அருகில் வானத்துப் பறவைகள் கூடுகட்டிக் கொள்கின்றன. கால்நடைகளுக்கென புல்லை முளைக்கச் செய்கின்றீர். மானிடருக்கெனப் பயிர் வகைகள் வளரச்செய்கின்றீர் இதனால் பூவுலகினின்று அவர்களுக்கு உணவு கிடைக்கச் செய்கின்றீர். (தி.பா.104:14)

இந்த உலகில் மனிதன் சுகாதாரமாக, ஆரோக்கியமாக வாழ்வதற்குச் சத்தான, சுத்தமான உணவு தேவை. நாம் இயற்கையை மறந்து செயற்கைக்குத் திரும்பியதால் தரமான, ஆரோக்கியமான பாரம்பரிய உணவுவகைகள் அழிந்து வருகின்றன. பாரம்பரிய உணவுகளை முறையாக எடுத்துக் கொள்ளும் எவரிடமும் நோய்வர அஞ்சும். அவர்களது உடலில் ஆரோக்கியம் நிரந்தரமாக அரசாட்சி செய்யும். பொதுவாக செடி, கொடி தாவரங்களை உண்டுவாழும் விலங்கினங்களுக்கு எந்த நோயும் வருவதில்லை. இயற்கை உணவுகளை உண்ணும் பறவைகளுக்குச் சாகும்வரை முதுமை வருவதில்லை. வாய்க்கு ருசியாக இருக்கிறது என்று வயிறு முட்டத் தின்னும் மனிதர்கள்தான் எப்பொழுதும் நோய் பாதிப்புக்கு

60

ஆளாகிறார்கள். மனித வாழ்வுக்கு ஊட்டம் அளிக்கக் கூடியவை-யாக இருந்து வந்த நிலம்,நீர், காற்று, கடல் ஆகிய அனைத்தும் கழிவுக் குவியல்களாக மாறிவருகின்றன.

இதுவரை துரிதமாகச் செல்லும் விரைவு பேருந்துகளைத்தான் பார்த்திருக்கிறோம். இப்போது எங்கு பார்த்தாலும் விரைவு உணவுகளைப் பரிமாறும் துரித உணவு விடுதிகளைப் பார்க்க முடிகிறது. இங்கு தரப்படும் புதிய உணவு வகைகளாலும், காலம் நேரம் கடந்து உண்பதாலும், இராசயன பொருட்கள் சேர்க்கப்பட்ட உணவுகளாலும், சூடான உணவுவகைகளை உண்பதாலும், குளிர்சாதனப் பெட்டியில் நீண்டநாட்கள் வைக்கப்பட்ட உணவினாலும், பருவ நிலைக்கு மாறுபட்ட உணவுகளாலும் புதுப்புது நோய்கள் உண்டாகின்றன. நமது நாட்டுப்புற கலாச்சாரப்படி சூடாக சமைத்து, இதமான சூட்டில் மட்டுமே பரிமாறுவார்கள். சூடான உணவை மெதுவாக ஆறவைக்கும் போதுதான் சேர்ப்புகள் ஒன்றாகி சுவையும் சக்தியும் கூடுகிறது. இது நோய்களை எதிர்க்கும் சக்தியை அதிகரிக்கச் செய்கிறது.

சுற்றுச்சூழலுக்கு ஒத்துப் போகவும். பருவகால மாற்றத்தை எதிர்கொள்ளவும், புறவெளியில் தொற்றும் கிருமிகளைத் தவிர்க்கவும், பசியைத் தூண்டி வியாதிகளை எதிர்க்கவும் தக்க விதத்தில் நமது நாட்டுப்புற உணவுகள் காணப்படும். அதற்கேற்ப எரிசக்தி, புரதம், கொழுப்பு, வைட்டமின், மினரல் என்ற விகிதாச்சாரம் கலந்து இருக்கும். ஆனால் நமது சாப்பாட்டு முறையில் உள்ள நுட்பம் அறியாமல் வெளிநாட்டு நாகரீகத்தில் தயாரிக்கப்பட்ட உணவுவகைகளை நமது இளைய தலைமுறையினர் உள்ளே தள்ளுகின்றனர். இதனால் உடலில் கொழுப்புச்சத்து அதிகரித்துச் சோம்பேறித்தனம், கவனச் சிதறல், பாலுணர்வு தூண்டுதல், சிறுவயதியேயே பருவம் அடைதல் போன்ற நிகழ்வுகள் வெளிப்படுகின்றன. நாம் தினசரி சமைக்கும் உணவிலேயே நோய்களை எதிர்ப்பதற்கும், எளிதில் ஜீரணமாவதற்கும் தேவையான பொருட்களைச் சேர்த்து தான் சமைக்கிறோம் என்பதை இன்னமும் தெரியாமல் இருக்கிறோம்.

இன்றைய நாட்களில் சுவீட் ஸ்டால், துரித உணவு விடுதி, ரெஸ்ட்டாரண்ட் சாலையோர ஓட்டல் போன்றவை பெருகிவிட்டன. இங்கு விற்பனை செயல்படும் உணவுப் பொருள்கள் உடலின் வெப்பத்தை அதிகரித்து பாலியல் உணர்வுகளைத் தூண்டுவதால் பாலியல் குற்றங்கள் பன்மடங்கு பெருகிவிட்டன. இயற்கையான உணவுகளை

உட்கொண்டு வாழ்பவர்கள் இத்தகைய குற்றங்களில் மாட்டிக் கொள்வதில்லை. மகிழ்ச்சி கரமான, ஆரோக்கியமான வாழ்க்கைக்கு இயற்கை உணவுதான் இன்றியமையாதது என்பதை மக்கள் இப்போது உணரத் தொடங்கி விட்டனர். ஏனெனில் மனிதகுலம் இயற்கையில் கிடைத்த தேன், பால், பதநீர், பழம், கிழங்கு, காய்கறி, பயறு, கீரை போன்றவற்றை உண்டு வந்த காலத்தில் ஆரோக்கியமான அடித்தளம் வலுவானதாக இருந்தது.

*****

32. மாடுகளை மதிப்போம்

"நல்லார் தம் கால்நடைகளையும் பரிவுடன் பாதுகாப்பார்" (நீதி. 12:10

பண்டைக் காலந்தொட்டே நம் நாட்டு மக்கள் மாடுகளை மாண்புடன் வளர்ப்பதில் மிகுந்த அக்கறை காட்டி வந்துள்ளனர். மாடுகளைச் செல்வமாக மதித்துப் போற்றிய பாரம்பரியம் நம்முடையது. நமது வீட்டையொட்டி நமக்குப் பக்கத்தில் தொழுவம் அமைத்து கால்நடைகளைப் பாதுகாப்பது நமது பண்பாடோடு பின்னிப்பிணைந்தது. நமக்குச் சத்துள்ள பாலைத்தருவதிலும், வயலை உழுது வளப்படுத்துவதிலும், பாரவண்டியை இழுப்பதிலும் மாடுகள் மிகச் சிறந்த பங்காற்றி வருவதை நாமனைவரும் நன்கறிவோம். நம் நாட்டு வேளாண்மையின் அச்சாணியே மாடுகள் தான் என்று சொன்னால் அது மிகையாகாது.

கால்நடைகள் மனிதகுலத்தின் ஒப்பற்ற செல்வம். அதோடு மானுடத்தின் மீது கடவுள் காட்டும் அன்பின் வெளிப்பாடு. எனவே மாடுகள் முதலான அனைத்து கால்நடைகளிடத்தும் மாசற்ற அன்பை வெளிப்படுத்தவேண்டும். போரடிக்கும் மாட்டின் வாயைக் கட்டாதே என்று இணைச்சட்டத்தில் கூறப்பட்டுள்ளது. (இ.ச.25: 4) இது மாட்டுக்கு மட்டும் பொருந்துவதில்லை. மற்ற கால்நடைகளுக்கும் பொருந்தும். விலங்கினங்களுக்குப் பரிவும் இரக்கமும் காட்டவேண்டுமென்று பழைய ஏற்பாட்டு நூல்கள் வலியுறுத்துகின்றன. உனக்கு அடுத்து இருப்பவனின் கழுதையோ, மாடோ வழியில் விழுந்து கிடக்கிறதைக் கண்டும் காணாதவன் போல் இருந்து விடாதே. அதைத் தூக்கிவிட அவனுக்கு உதவி செய் (இ.ச.22:4) என்று காண்கிறோம்.

இறையாட்சியில் வெளிப்படும் இறைவனின் மாண்பையும், மகிமையையும் ஏசாயா எடுத்துரைக்கின்றார். அந்நாளில் ஓநாய்

62

செம்மறியாட்டுக்குட்டியோடு தங்கியிருக்கும். அக்குட்டியோடு சிறுத்தைப்புலி படுத்துக்கொள்ளும். கன்றும், சிங்கக்குட்டியும், கொழுத்த காளையும் கூடி வாழும் பச்சிளம் குழந்தை அவற்றை நடத்தி செல்லும் (ஏசா.11: 6-9). படைப்பு அனைத்தின் மீதும் இறைவன் கொண்டுள்ள உறவு கால்நடைகளையும் உள்ளடக்கியதாகும். அதனை யோனா நூலில் காணலாம். இந்த நினிவே மாநகரில் இலட்சத்து இருபதாயிரத்துக்கும் மேற்பட்ட மக்கள் இருக்கிறார்கள். இத்தனை மக்களும் அவர்களோடு எண்ணிறந்த கால்நடைகளும் இருக்கின்றன. இந்த மாநகருக்கு இரக்கம் காட்டாமல் இருப்பேனோ? (யோனா. 4: 11) என்று சொல்லி கால்நடைகளின் உறவுகளுக்கு உன்னத இடம் அளிக்கிறார்.

ஆடுகளை மேய்த்துக் கொண்டிருந்த தாவீது அரியணை ஏறி அரசாட்சி செய்தது, வயல்களில் ஏர்பூட்டி உழுது கொண்டிருந்த சவுல் அரசனாக மாறியது, மாமன் எத்திரோவின் ஆடுகளை மேய்த்துக் கொண்டிருந்த மோசே இஸ்ரவேலின் தன்னிகரற்ற தலைவனானது ஆகிய அனைத்தும் அந்தந்த மனிதர்களை மாத்திரமல்ல, அவர்கள் செய்து கொண்டிருந்த தொழில்களையும், கால்நடைகளையும் மேன்மைப்படுத்திய கடவுளின் செயலாகும். கால்நடைகளும், வேளாண்மையும் ஒன்றோடொன்று நெருங்கிய தொடர்புடையது. இதனைப் பிரித்துப் பார்ப்பது இயலாத காரியம்.

இறைமகன் இயேசுவின் வாழ்க்கையிலும் கால்நடைகள் இணைபிரியாமல் இருந்துள்ளன. பிள்ளையைத் துணிகளில் பொதிந்து தீவனத் தொட்டியில் கிடத்தினாள் (லூக். 2:7). அப்பொழுது அப்பகுதியில் உள்ள வயல்வெளியில் இடையர்கள் தங்கி இரவெல்லாம் தங்கள்கிடையைக் காவல் காத்துக்கொண்டு இருந்தார்கள் (லூக். 2:8). பாலைநிலத்தில் இயேசு நாற்பது நாள் இருந்தபோது காட்டு விலங்குகளிடையே இருந்தார் (மாற் 1:13). மேய்ப்பன் ஆடுகள் மீது கொண்டிருக்கும் அக்கறை குறித்து குறிப்பிடுவதன் மூலம் நமக்கு நல்லமேய்ப்பன் இயேசு என்பதை நற்செய்திகளில் வெளிப்படுத்துகின்றார் (மத். 18:12-14). கால்நடைகளை மதிப்பதில் இயேசு நமக்கு ஒரு சிறந்த முன்மாதிரியாக இருக்கும் விதத்தில் அவரது பயணவாகனமாக கோவேறு கழுதையைப் பயன் படுத்தினார். எனவே மாடுகளை நாமும் மதித்து புதியவானமும், புதிய பூமியும் படைப்போம்!

*****

33. ஒருதாய் மக்கள்

பாரதத் தாயின் மடியில் ஒருதாய் மக்களாக இருந்து இறைவனோடும். இயற்கையோடும். இறைமக்களோடும் இணங்கி நட்புறவோடு வாழ்வதற்காகவே நாம் படைக்கப்பட்டிருக்கின்றோம். நாம் வாழுகின்ற இந்தக் காலகட்டத்தில் மக்கள் ஒருவருக்கொருவர் நல்லுறவைத் தக்கவைத்து, அதனை மதித்துப் பாதுகாக்க வேண்டியது தவிர்க்க முடியாத ஒன்றாக இருக்கிறது. மனிதன் ஒரு சமுக பிராணி (Social Animal) என்றார் சாக்ரட்டீஸ். ஆனால் ஜாதி, இனம், மொழி, நிறம், மதம், கலாச்சாரம், அரசியல் போன்ற பல்வேறு பிரிவினைகளால் நமது பாரத நாட்டின் ஒருமைப்பாடு மிகவும் பாதிக்கப்பட்டுள்ளது. நாம் இவற்றையெல்லாம் வேடிக்கை பார்த்துக்கொண்டு வெறுமனே இருந்துவிட முடியாது. தேசிய ஒருமைப்பாட்டைக் குலைக்காமல் பேணிக் காக்கும் பணியில் நாமும் ஈடுபட வேண்டும். ஏனெனில் நாம் ஒருவருக்கொருவர் அவயவங்கள் போல ஒருவரையொருவர் தாங்குகையில் தாய்நாடு தலைநிமிர்ந்து நிற்கும். இவ்விதம் வேற்றுமையில் ஒற்றுமையை (Unity in Diversity) நம் நாட்டில் நிலை நிறுத்த வேண்டியது நமது கடமையும் காலத்தின் கட்டாயமுமாகும்.

மக்கள் மத்தியில் தேசிய உணர்வு தலைதூக்குவதற்குப் பதிலாக பிராந்திய வெறி மேலோங்கி வருகின்றது. மொழி, இனம், மதம், குலம், ஜாதி என குறுகிய பற்றுகள் மனித குலத்தை வேறுபடுத்தி ஒருமைப்பாட்டை வேரறுத்து வருகின்றது. சமீப நாட்களில் குழப்பத்தைத் தூண்டும் மாநாடுகளை மாநகர் எங்கும் பார்க்க முடிகிறது. சாதிக் கொடுமை எத்தனை பாகுபாடு மிக்கது என்பதைப் பரிதாபத்தோடு பார்க்க நேரிடுகிறது. பிறப்பால் உயர்வு தாழ்வு என்னும் முத்திரை மக்களை ஒருபோதும் சேர்த்து வைக்காமல் பகைமையை வளர்த்து வருகிறது. இவ்வாறு வெறுப்பையும், விரோதத் தையும் விதைத்து இந்தியனை இந்தியனே சிதைக்கும் சீரழிவு அதிகரித்துக் கொண்டிருக்கிறது. மனிதன் நிறம், தோற்றம், பண்பாடு, கலாச்சாரம், உணவுப் பழக்கம் என பலவிதங்களில் வேறுபட்டு இருந்தாலும், இறைவன் பார்வையில் அனைவரும் சமமானவர்கள். எல்லோரையும் ஒரே இரத்தத்தினாலே தோன்றப்பண்ணின இறைவன், ஒருவருக்கொருவர் சமமாக இணங்கி ஒன்றுகூடி வாழும்படியும். அதற்கு ஒருபடி மேலாக

மற்றவர்களைத் தங்களிலும் மேன்மையாகக் கருதி வாழும்படியும் அழைப்பு விடுக்கின்றார்.

கிறிஸ்துவின் பாதச்சுவட்டில் பயணித்த அடியார்கள் எவ்வித பிரதிபலனையும் எதிர்பாராமல் நமது தாய்த்திரு நாட்டில் காலடி எடுத்துவைத்து அரும்பெரும் சேவைகளை ஆற்றி நம்மை மேனிலைக்கு மாற்றிவிட்டனர். உடன்கட்டை ஏறுதலிலிருந்து நமது பெண்மணிகளைக் காப்பாற்ற உதவிய வில்லியம்கேரி, தமிழ் மொழியை அச்சிலேற்றிய சீகன்பால்க், உரைநடையைப் பழக்குவித்த கான்ஸ்டாடியுன் ஜோசப் பெஸ்கி, தேவதாசி முறையால் சீர்கெட்ட பெண்மணிகளுக்கு வாழ்வளித்த ஏமிகார்மைக்கேல், கல்விச்சாலைகளை நிறுவி சமாதானத் தூதராகத் திகழ்ந்த கிறிஸ்டியன் பிரடரிக் ஸ்வாட்ஸ். கூட்டுறவு சங்கம் அமைத்து ஏழைகள் உயர்வடைய உதவிய ஜெசிமெண் பிராண்ட், மருத்துவ சேவையால் கடவுளை மகிமைப்படுத்திய ஜடாஸ்கடர், தொழுநோயாளிகளை நேசித்து வாழ்வு வழங்கிய ஸ்டென்ஸ் கிரகாம், எளியவர்கள் மத்தியில் சமூக பணியாற்றிய சேவையின் சிகரம் அன்னை தெரசா போன்ற எண்ணற்ற ஆண்டவரின் அருட்பணியாளர்கள் மனித நேயத்தை மட்டுமே மனதில் வைத்து மாபெரும் சேவைகளை நமது மண்ணில் நிறைவேற்றினர்.

நம் இதயங்களில் நிரந்தரமாக வாழும் கடவுள், நாம் ஒவ்வொருவரும் ஒன்றுபட்டு ஒற்றுமையாக இருக்க வேண்டும் என்கிற ஒருமைப்பாட்டு உணர்விலும் பிரசன்னமாகிறார். ஒருவர் இருவர் ஒருமனப்படும் போது அவர்கள் நடுவில் கடவுள் இருக்கிறார் என வேதம் விளம்புகிறது. இதை நாம் சிந்திக்கும் பொழுது மனித உறவும் இறையம்சம் பொருந்தியதுதான் என்கிற உணர்வு மேலோங்குகிறது. எனவே கடவுளுக்குத் தலைவணங்கும் ஒவ்வொருவரும் இயல்பாக நிலவும் வேற்றுமைகளின் நடுவில் வெறுப்போ அருவருப்போ கொள்ளாமல் அவர்களை உள்ளபடியே ஏற்று, சமமதிப்பு கொடுத்து, கண்ணியம் காத்து, கௌரவத்துடன் நடத்துவது தான் பாரதத்தின் பிரிவினை பிரச்சினைக்குத் தீர்வாக இருக்கும்.

*****

34. நச்சாகும் மூச்சக்காற்று

ஆண்டவராகிய கடவுள் நிலத்தின் மண்ணால் மனிதனை உருவாக்கி, அவன் நாசிகளில் உயிர் மூச்சை ஊத, மனிதன் உயிர் உள்ளவன் ஆனான். (தொ.நூ. 2: 7)

எல்லாம் வல்ல கடவுளின் பேரருளால் நமது உயிருக்கு உறவான மூச்சுக்காற்று உடலோடு உறவாடி நம்மை உயிர்த்துடிப்புடன் வைத்துக் கொண்டிருக்கிறது. விரைந்து சுழன்றாடும் விந்தை மிகு உலகில் அறிவியல் முறையில் ஒரு மனிதனை உருவாக்கி விடலாம். ஆனால் அந்த உடலுக்கு உயிரை மட்டும் கொடுக்க முடியாது. பல கோடி ரூபாய் மதிப்புள்ள ஆகாய விமானம் காற்றில்லாமல் வான்வெளியில் பறக்காது. பல லட்சம் ரூபாய் செலவழித்து வாங்கும் கார் டயரில் காற்று இல்லாவிட்டால் அதை ஓட்ட முடியாது. உலகில் வாழும் ஒவ்வொரு உயிரினங்களும் மூச்சுக் காற்றை சுவாசிக்காமல் உயிர் வாழ முடியாது.

தூய்மையான காற்றே நமது ஆரோக்கியமான வாழ்வுக்கு அச்சாரம் ஆகும். இன்றைய நாட்களில் நீர் மற்றும் நில மாசுகளுக்கு இணையாகக் காற்றும் மாசடைந்து வருகிறது. சுத்தமான காற்றைச் சுவாசிப்பதன் மூலம் உடல் நலத்தை ஆரோக்கியமாக வைத்துக் கொள்ள முடியும். வாகனங்கள் வெளித்தள்ளும் கார்பன் மோனாக்செடு, சல்பர் டை ஆக்செடு, எரியாத ஹைட்ரோ கார்பன் துகள்கள் காற்றை மாசுபடுத்துகின்றன. புகை, நச்சுத்தன்மை, தூசிகள், நுண் துகள்கள் போன்றவற்றால் காற்றின் தரம் தற்போது குறைந்து வருகிறது. நச்சுக் காற்றை நாம் சுவாசிக்கும் போது நமது நுரையீரல் பாதிப்புக்குள்ளாகிறது. இதனால் சுவாசப் பிரச்சினைகள் ஏற்படுகிறது.

காற்றில் பரவும் கண்ணுக்குத் தெரியாத நுண்கிருமிகளால் உடல்நலம் வெகுவாகப் பாதிக்கிறது. நோய்க்கிருமிகளை விரைவாக பரப்புவதில் காற்று முக்கிய பங்காற்றுகிறது. குறிப்பாக, கொரோனா போன்ற வைரஸ் நோய்க்கிருமிகள் காற்றின் மூலம் வேகமாகப் பரவுகிறது. இதைத் தவிர்ப்பதற்காகவே முகக்கவசம் போடுவதற்கு நாம் கட்டாயப்படுத்தப்பட்டோம். காற்றிலுள்ள கார்பன் மோனோ ஆக்செடு தலைவலி, தலைசுற்றல் மற்றும் மூச்சு அடைத்தல் போன்ற உடல்நல

பாதிப்புகளை உண்டாக்குகிறது. காற்றில் கலந்துள்ள தூசிகள் ஆஸ்துமா மற்றும் அலர்ஜி ஆகியவற்றை ஏற்படுத்துகிறது. காற்றில் கலக்கும் நச்சு வாயுக்களால் ஆண்டு தோறும் சராசரியாக 75 இலட்சம் பேர் பரிதாபமாக உலகில் உயிரிழக்கிறார்கள்.

காற்று மாசுபாட்டினால் புவி வெப்பமடைந்து சூழியல் சமன்பாட்டிலும், மிகுதியான மாறுதல்கள் ஏற்பட்டு வருவதால் நம் வாழ்க்கையானது அச்சுறுத்தப்படுகின்றது. குளோரோ புளுரோ கார்பன் (CFC) ஓசோன் மண்டலத்தை பலவீனமாக்கி வருகிறது. அதனால் தோல் புற்றுநோய் அதிகரிக்கிறது. காற்றில் கலந்துள்ள கழிவுகளால் வேதிப்பொருள் கலந்த திரவ மழை பொழிகிறது. இதனால் பயிர் இனங்கள் பாதிக்கப்படுகின்றன. காரியமிலவாயுவின் அளவு காற்றில் அதிகரித்து காலச்சக்கரத்தை புரட்டிப் போட்டு வருகிறது. இவ்விதம் காற்றானது இப்போது உயிர்ச்சூழல் அமைப்பின் மேலும் வளிமண்டலத்தின் மேலும் விரிவான தாக்குதலை நடத்தி வருகின்றது. காற்று மாசுபடுவதால் புவி சூடேற்றம் நிகழ்கிறது.

மக்கள் வசிப்பிடங்களிலும், வெளியிடங்களிலும் காற்று மாசு அதிகரிப்பால் இறப்பவர்கள் எண்ணிக்கை அதிகரித்த வண்ணம் உள்ளது. காற்றில் அமிலம், உலோகம், மண்தூசு, நச்சுத்துகள், நுண் கிருமி, கந்தக ஆக்சைடு போன்றவை அதிகமாக கலக்கும் போது அவை மரணத்தை ஏற்படுத்துகின்றன. காற்றில் கலந்துள்ள மிகச்சிறிய நுண்துகள்கள் மூச்சுக்காற்றால் உள்ளிழுக்கப்படுவதால் நுரையீரல் புற்றுநோய், பக்கவாதம், இருதயக் கோளாறு ஆகியவை ஏற்பட்டு மரணம் சம்பவிக்கிது. நிலமாசும், நீர்மாசும் குறிப்பிட்ட ஒரு நாட்டில் நிகழும் போது அந்த நாட்டைச் சார்ந்தவர்களுக்கே பெரும் பாதிப்பாக இருக்கும். ஆனால் காற்று மாசுபடும் போது அதன் தாக்கம் அண்டை நாடுகளையும் விட்டு வைப்பதில்லை. காற்றுக்கு வேலி இல்லை அல்லவா?

*****

35. உணவே மருந்து

உலகில் உணவு உண்ணாத மனிதன் இல்லை. எல்லாவிதமான நோய்களுக்கும் சிறந்த மருந்து உணவுதான் என்று சொல்கிறார்கள். தற்போது நாம் சாப்பிடும் உணவு எல்லாமே செயற்கை மயமாக மாறிவருகிறது. ஒருவருடைய உணவு, வேலையின் தன்மை, சுற்றுப்புறச் சூழ்நிலைகள், சுகாதாரம் போன்றவை அவருடைய வாழ்நாட்களை வகுத்துக் கொடுக்கிறது. உயிர் வாழ்வதற்கு மிகவும் இன்றியமையாதது உணவுதான். இதில் சைவம், அசைவம் என இரு வகைகள் உள்ளன. இரண்டிற்கும் பொதுவான வகைகளும் பல இருக்கின்றன. நாம் உழைக்க, பிழைக்க நம் உடலுக்கு சக்தி தேவைப்படுகிறது. நாம் உட்கொண்ட உணவின் சக்தி சேமித்து வைக்கப்பட்டு சில காலம் செயல்பட முடிகிறது. இயன்றவரை அதிக அளவில் தண்ணீர் அருந்தி வந்தால் பல நோய்கள் பறந்தோடிப்போகும்.

சத்து நிறைந்த உணவைப் பெறுவதற்கு எல்லாவகை உணவுகளையும் நாம் உண்ண வேண்டும். ஏனெனில் நமது உடலுக்குத் தேவைப்படும் பல்வேறு சத்துக்களும் ஒரே பொருளிலிருந்து கிடைப்பதில்லை. குறிப்பிட்ட ஏதேனும் ஒரு உணவுப்பொருளை விரும்பி உண்பதால் சில காலம் கடந்தபின் மோசமான பின்விளைவுகள் ஏற்படும். இன்றைய நாட்களில் பெரும் பாதிப்பைத் தந்து கொண்டிருக்கும் சர்க்கரை வியாதி, இதயம் சம்பந்தமான நோய்கள், புற்றுநோய் போன்றவை உருவாக முக்கியக்காரணம் சில குறிப்பிட்ட வகை உணவுகளை மட்டும் நாம் சாப்பிடுவதேயாகும். ஆகவே அனைத்து வகை உணவுகளுக்கும் முக்கியத்துவம் அளித்து குறிப்பிட்ட நேரங்களில் சாப்பிடுவது சாலச்சிறந்தது.

மனிதனைத் தவிர உலகில் வேறு எந்த உயிரினமும் சமைத்து உண்பதில்லை. சமைக்காமல் உண்பதினால் அந்த உயிரினங்கள் அதிக சக்தியைப் பெறுகின்றன. எனவே அவற்றின் வாழ்வில் இளமையிலேயே நோய் மற்றும் இறப்பு உண்டாவதில்லை. அவை பெரும்பாலும் மூப்படைந்தே மரணமடைகின்றன. ஆனால் மனிதன் வளர்க்கும் பிராணிகள் மனிதனைப்போலவே சமைத்த உணவை உண்பதால் இளமையில் நோய் வந்து இறந்து போகின்றன. பழங்கால மனிதர்கள் இயற்கையில் கிடைத்த உணவு, பழங்கள் கிழங்குகள்,

காய்கள், தேன் போன்றவற்றை உண்டதால் நீண்டகாலம் உயிர் வாழ்ந்தார்கள். அவர்கள் நோய்வாய்ப்பட்டால்கூட அதை இயற்கை மூலிகைகளைக் கொண்டே குணப்படுத்தியும் உள்ளனர். அவர்களுக்கு நோய் எதிர்ப்பு சக்தி மிகுதியாக இருந்தது.

தற்காலத்து மக்கள் கண்ணைக் கவரும் கலர் உணவுகளையும், நாவின் சுவைக்கு இனிப்பு பண்டங்களையும் விரும்பி சாப்பிடுகின்றனர். காய்கறிகளையும், மாமிச உணவுகளையும் எண்ணெயில் வாட்டி வதக்கி, உப்பிட்டு வறுத்து உயிர்சத்துக்களை உதறித்தள்ளிவிட்டு, சக்கைப்பொருளை உண்டு வயிற்றை நிரப்புகின்றனர். மனிதர்களுக்கு சுற்றப்புறச் சீர் கேடுகளினால் தோன்றும் நோய்களை விட சமைத்த உணவினால் உண்டாகும் வியாதிகள் தான் அதிகம். அதிகம் செலவழித்து, சமைத்து சாப்பிடுவதும், அதனால் வியாதிகள் வந்து கஷ்டப்படுவதும், அதன் சிகிச்சைக்காக மறுபடியும் செலவழிப்பதும் மனித வாழ்க்கையில் வாடிக்கையாக மாறிவிட்டது. நமது முன்னோர்கள் எவரும் தடுப்பூசி போட்டுக் கொண்டதுமில்லை, அறுவை சிகிச்சை செய்து கொண்டதுமில்லை. தற்போது உலகில் வாழும் மனிதர்களில் பெரும்பாலும் நோயாளிகளாகவே காணப்படுகிறார்கள்.

இயற்கை உணவாகிய தாவர உணவில் நம் உடல் வளர்ச்சிக்குத் தேவையான உயிர்சத்துக்கள் இருப்பதோடு, நோய் எதிர்ப்பு சக்தி நிறைந்ததாகவும் விளங்குகின்றது அத்தியாவசியமான மருந்துகள் என்று சொல்லக் கூடிய அனைத்தும் இயற்கையாக நமக்கு கிடைக்கும் உணவிலேயே இருக்கின்றன. உடல் ஆரோக்கியத்தை விருத்தி செய்வதற்கு மிகவும் முக்கியமான ஒன்று சரியான உணவு வகையே என்பதும், நோய்கள் பெருகுவதற்கு ஒரே காரணம் தவறான உணவு முறையே என்பதும் ஒவ்வொருவரும் அறிந்திருக்க வேண்டிய ஒன்றாகும். சமைக்காத உணவுகள், அதிக அளவு பழங்கள், பச்சைக் காய்கறிகள், முளைக்க வைத்த பயறுகள் ஆகியவற்றைச் சாப்பிடுவதால் பல்வேறு நோய்களைத் தடுத்து அவற்றைக் குணப்படுத்த முடிகிறது. பழுத்த பழங்களும், பச்சை நிற காய்கறிகளும், உடலை ஆரோக்கியமாக வைத்து நோய் வராமல் பாதுகாக்கின்றன.

*****

69

36. குப்பைச் செல்வம்

குப்பையை நாம் "வேஸ்ட்" என்று சொல்லுகிறோம். நாம் பயன்படுத்தியபின் மீதியான அல்லது இனிமேலும் உதவாத. உபயோகமற்ற பொருட்கள் குப்பையாகும். குப்பைகள் இல்லாத வீடுகளைப் பார்க்கமுடியாது. சில வீடுகள் குப்பைகளால் மட்டுமே நிறைத்திருக்கும். இந்தக் குப்பைகளைப் பணம் கொடுத்து வாங்குவதற்கு பல்வேறு பழைய சாமான் கடைகள் வந்துவிட்டன. இன்றைய உலகில் குப்பைகூட ஒரு செல்வமாக மதிக்கப்படுகிறது. குப்பையில் முதலீடு செய்து கோடிக்கணக்கில் பணம் சம்பாதிப்பவர்கள் இருக்கிறார்கள்.

இத்தகைய குப்பையைப்பற்றி சற்றுநாம் தெரிந்து கொள்வோம். குப்பைகளை மக்கும் குப்பை, மக்காத குப்பை என இரு வகையாகப் பிரிக்கலாம். பொதுவாக வீட்டுக் கழிவில் இந்த இரண்டு வகைக் குப்பைகளும் கலந்து காணப்படும். எந்த ஒரு குப்பை தன் தன்மையிலிருந்து மாறி காற்றில் உள்ள ஆக்ஸிஜனை எடுத்துக் கொண்டு நுண்ணுயிர்கள் மூலம் வேதி மாற்றத்தினால் சிதைத்து மக்குகிறதோ அது மக்கும் குப்பை எனப்படும். சமையலறைக் கழிவுகள், காய்கறித் தோல்கள், மீந்து போன பழங்கள், கெட்டுப்போன உணவுகள். இலைதழைகள், புல்பூண்டுகள், உலர்ந்த சருகுகள் போன்றவை இதில் அடங்கும்.

எந்த ஒரு குப்பை இயற்கையாகச் சிதைக்கப்படாமல், தன் நிலையிலிருந்து மாறாமல் உள்ளதோ அது மக்காத குப்பை எனப்படும். பிளாஸ்டிக், உலோகம், கண்ணாடி, ரப்பர் போன்றவை மக்காத தன்மையுடையவை, குப்பைகளைக் குறைக்க அனேகர் அவற்றை சாலையோரங்களில் வீசிவிடுகின்றனர். சிலர் குப்பைகளை ஓரிடத்தில் கொட்டி எரித்து விடுகின்றனர். குப்பைகளை எரிப்பது அபாயகரமானது. பிளாஸ்டிக் சாதனங்கள், கடின உலோகங்கள், செயற்கைப் பொருட்கள் போன்றவற்றை எரிக்கும்போது, வேதி வினைகள் ஏற்பட்டு, காற்றில் நச்சுப்பொருட்கள் கலந்து, நமக்கு தீமையை விளைவிக்கின்றன.

குப்பைகளை வீணான பொருள் என்று எண்ணியது அந்தக் மாலம். குப்பையிலே பணம் சம்பாதிப்பது இந்தக்காலம். எல்லா வீடுகளிலும் குப்பைகளை ஒரே கூடையில்தான் கொட்டி வைக்கின்றனர். வளம் தரும் கழிவுப் பொருட்கள் நிர்வாகத்தில் அவற்றை

வகைப்படுத்துவதுதான் முக்கியம். மக்கும் குப்பைகளைத் தனியாகவும், மக்காத குப்பைகளைத் தனியாகவும் பிரித்து கூடைகளில் சேகரிப்பதுதான் வகைப்படுத்துதல் ஆகும். எல்லா வீடுகளிலும் தனித்தனியாக இரு கூடைகளை வைத்திருப்பதன் மூலம் வகைப்படுத்துதலை வழக்கமாக்கிக் கொள்ளலாம். மக்கும் குப்பைகளை மக்கிய உரமாக மாற்றி மண்ணை வளப்படுத்தலாம். மக்காத குப்பைகளைப் பழைய பொருட்கள் வாங்கும் கடைக்காரரிடம் கொடுத்து மறுசுழற்சி செய்யலாம்.

மக்கிய உரம் என்பது சமையலறைக் கழிவுகள், தாவரக் கழிவுகள், கால்நடைக்கழிவுகள் ஆகியவற்றிலிருந்து பெறப்படும் கரிமப் பொருட்களே ஆகும். அது எப்போதும் மிருதுவானதாக, ஊட்டச்சத்து நிரம்பியதாக இருக்கும். மக்கிய உரம் தயாரிப்பது இயற்கை முறையில் மறுசுழற்சி செய்யும் ஒரு எளிய முறை ஆகும். இம்முறையில் மண் புழுக்கள் மற்றும் நுண்ணுயிர்கள் கழிவுகளைச் சிதைந்து ஊட்ட சத்து செறிந்த உரமாக மாற்றுகிறது. சாதாரணமாக மக்கும் கழிவுகள் யாவும் 60 நாட்களில் மக்கிய உரமாக மாறி, தாவரங்களுக்குப் பயன்படுத்தத் தயார் நிலையில் இருக்கும். மக்கிய உரம் கொடுக்கப்பட்ட தாவரங்கள் ஆரோக்கியத்துடன் செழித்து வளர்வதோடு, அதிகமான மககூலையும் தருகின்றன.

உற்பத்தித் தொழில் முறையில் ஒருமுறை பயன்படுத்திய மற்றும் ஒதுக்கப்பட்ட பொருட்களை மீண்டும் பயன்படுத்தும் முறைக்கு மறுசுழற்சி என்று பெயர், காகிதம், பிளாஸ்டிக், உலோகம், கண்ணாடி, ரப்பர் போன்றவற்றை மீண்டும் பயன்படுத்தலாம். நாம் உபயோகித்த பல பொருட்கள் நீண்ட சங்கிலித் தொடர்போலப் பல கைகள் மாறி மறுசுழற்சிக்காக பெரிய தொழிற்சாலைகளைச் சென்றடைகின்றன. பழைய பொருட்கள் வாங்க உங்கள் வீடுதேடி வருவோரிடம் உபயோகமற்றபொருட்களைக் கொடுத்து பண்டமாற்று முறையில் பயனுள்ள பொருட்களைப் பெற்றுக்கொள்ளலாம். இல்லாவிடில் பழைய பொருட்களுக்குத் தகுந்த விலையைப் பணமாக வாங்கிக் கொள்ளலாம். எனவே இனிமேல் குப்பைகளை வெளியில் கொட்டி வீணாக்காதீர்கள். குப்பையிலே கோடித்தனம் இருப்பதை அறிந்து செயல்படுங்கள்.

*****

37. உலுக்கும் ஊடகங்கள்

விலங்கிடம் வினவுக உமக்கு அது கற்றுக்கொடுக்கும். வானத்து பறவை உமக்கு அறிவுறுத்தும். அல்லது மண்ணில் ஊர்வனவற்றிடம் பேசுக. அவை உமக்கு கற்பிக்கும்' ஆழியின் மீன்கள் உமக்கு அறிவிக்கும் (யோபு 12 : 7,8). ஆண்டவரின் அனைத்துப் படைப்புகளும் உலகில் ஊடகங்களாகச் செயல்படுகின்றன. நமது முன்னோர் இயற்கையிடமிருந்து இனிய பாடங்களைக் கற்று இயற்கையோடு இணைந்து, இன்பமுற வாழ்ந்து வந்தனர். இயேசுகிறிஸ்துவும் இயற்கையை கவனித்துப் பார்க்க நம்மை அழைக்கிறார். வானத்து பறவைகளை நோக்குங்கள் (மத். 6:26) காட்டு மலர்ச் செடிகள் எப்படி வளருகின்றன என கவனியுங்கள் (லூக். 12:27) காகங்களை கவனியுங்கள் (லூக். 12:24) என்று சொல்லி உணவு, உடை சம்மந்தப்பட்ட பாடத்தை ஊடகமாக்குகிறார். சோம்பேறிகளே, எறும்பைப் பாருங்கள் (நீதி. 6:6) என்று கூறி சுறுசுறுப்பையும், உற்சாகத்தையும் ஊட்டுகிறார். சூரியன், சந்திரன். நட்சத்திரங்கள் போன்ற சுடர்களும் சில உண்மைகளை உணர்த்துகின்றன. இவ்வாறு பாடங்களை கற்றுத்தரும் ஊடகங்களாக இயற்கையின் கூறுகள் செயல்படுகின்றன.

விந்தைமிகு கம்ப்யூட்டர் உலகில் பிள்ளைகள் முதல் பெரியோர் வரை நவீன ஊடகங்களை வரம்புமீறி பயன்படுத்தத் தொடங்கிவிட்டனர். வானொலியும் தொலைக்காட்சியும் உதயமாகி காதுக்கும் கண்ணுக்கும் விருந்தளித்துக் கொண்டிருந்த நிலைமாறி, மின்னியல் கருவிகளும் கணிப்பொறிகளும் இப்போது காலச்சக்கரத்தை புரட்டிப்போட்டு கொண்டிருக்கின்றன. உலகில் எங்கோ ஒரிடத்தில் நடைபெறும் நிகழ்வுகள் நிமிடம் மாறாமல் உலக மக்களைச் சென்றடைய ஊடகமாய்ச் செயல்படும் செயற்கைக்கோள் தகவல்தரும் ஊடகங்களில் தலைசிறந்து நிற்கிறது. இவ்வாறு இன்றைய அறிவியல் உலகின் அனைத்து புதிய படைப்புகளும் அறிவுப் புரட்சியை ஏற்படுத்திவிட்டது. இந்நிலையில் நமது நாட்டு மக்களைப் பெரிதும் கவரும் ஊடகமாகிய தொலைக்காட்சி ஒரு பொழுதுபோக்கு ஊடகமாக மாறி வருவதுதான் விபரீதம். கள்ளம் கபடமற்ற வெள்ளை உள்ளம் கொண்ட பிஞ்சுப்பிள்ளைகள் இதற்கு கொள்ளை போவதுதான் பரிதாபம்,பயனுள்ள மக்கள் தொடர்பு ஊடகமாக தொலைக்காட்சி செயல்பட்டாலும் பிள்ளைகளின்

பிஞ்சுமனத்தில் நஞ்சை விதைக்கும் காதல், கொலை,கொள்ளை, களவு, சண்டை போன்ற காட்சிகள் அதிகமாக இடம்பெறுகின்றன. இதனால் வன்முறைகள் சிறுவர்களிடையே பெருகி வருகின்றன.

திரைப்படத்தாக்கம் இன்றைய இளைஞர்களை திசைமாறிப் போகச் செய்கிறது. அலைபேசியின்றி அணுப்பொழுதும் இருக்கமுடியாத நிலைக்கு இளைஞர்கள் தள்ளப்பட்டு உள்ளனர். வாழ்க்கை, மொட்டு விடும் பருவத்தில் வெற்றிக்கொடி நாட்டவேண்டிய இளைஞர்கள் ஊடகங்களினால் உருகுலைக்கப்படும் காட்சி உள்ளத்தை உறுத்துகிறது. ஒழுக்கத்தில் தடம்புரளும்போது தங்கள் லட்சிய கனவுகளிலிருந்து இளைஞர்கள் தடம் புரண்டு போகிறார்கள். வேதாகமத்தில் சிம்சோன் இளைஞர்களுக்கு எச்சரிக்கையாகவும், தாமார் யுவதிகளுக்கு எச்சரிக்கையாகவும் நின்று கொண்டிருக்கிறார்கள்.

கலாச்சாரச் சீரழிவு என்று ஊடகங்களைச் சாடுகின்ற கிறிஸ்தவப் பெற்றோர்கள், தாங்கள் கடந்து வந்த கண்டிப்பு நிறைந்த கடந்தகால பாதைகளை திரும்பிப் பார்க்க வேண்டும். சிறுவயதில் கிறிஸ்தவ பள்ளிகளில் பெற்ற நற்கல்வியை, ஒழுக்கச் சிந்தனைகளை, ஆசிரியரின் மாதிரியை, அன்பான வார்த்தைகளை, பொறுப்பான வழிநடத்துதலை நினைவுகூர வேண்டும். மறைக்கல்வியையும், நெறிக்கல்வியையும் நன்னெறிப் பாடங்களாக கற்பித்து வந்த காலம் மாணவர்கள் வாழ்வின் பொற்காலம். மற்ற பாடங்களுக்கு முக்கியத்துவம் என்பதற்காக வாழ்க்கைக்கல்வியை உதறித் தள்ளும் நிலை மாற வேண்டும். பார்த்துக் கற்றுக்கொள்ளும் மனநிலைதான் இன்றைய இளந்தலைமுறையினரிடம் மேலோங்கி உள்ளது. காணக்கூடாத காட்சிகள் பல கட்டவிழ்க்கப்பட்ட நிலையில் தவறான பாதைகளை காட்டும் ஊடகங்கள் உச்சத்தை தொட்டுவிட்டன. நாம் கடவுளின் பிள்ளைகளாக காட்சிதரும் ஊடகமாக மாறி உலகை உலுக்குவோம்.

*****

38. காலநிலை மாற்றம்

ஒரு ஆண்டின் குறிப்பிட்ட காலத்தில் நிலவும் தட்பவெப்ப நிலையே அப்பகுதியின் காலநிலை எனப்படுகிறது. ஒரு இடத்தில் காணப்படும் வெப்ப கதிர்வீச்சு, வெப்ப அளவு, ஈரப்பதம், மேகம்,

மழைப்பொழிவு, காற்றழுத்தம், காற்றின் வேகம் போன்றவை ஆண்டின் அந்தந்த காலத்தில் ஒரே விதமாக இருப்பது இயற்கையான நிகழ்ச்சியாகும். இவ்விதம் குறிப்பிட்ட காலங்களில் இருக்கவேண்டிய தன்மைகளுக்கு மாறாக இருக்கும் சூழலை காலநிலை மாற்றம் என்கிறோம். பருவமழை பொய்த்துப்போருதல், வெப்பக்கதிர் வீச்சுகள், சீரற்று வீகம் காற்றுகள், கடுமையான பனிப்பொழிவுகள், மழை நேரத்தில் வெப்பம் நிலவுதல், வெள்ளம் பெருக்கெடுத்து ஓடுதல் போன்றவை காலநிலை மாற்றத்தால் நிகழ்ந்து வரும் இன்னல்களாகும்.

பூமி வெப்பமடைவதால் ஏற்பட்டுவரும் காலநிலை மாற்றம் தற்போது எதிர்நோக்கியுள்ள முக்கியமான சுற்றுச்சூழல் சிக்கலாகும். இந்த நூற்றாண்டில் பூமியின் சராசரி வெப்பநிலை 1.1 முதல் 6.4°C வரை உயரும் என சூழியல் விஞ்ஞானிகள் கணித்துள்ளனர். இதனால் கடல் மட்டம் 0.18 முதல் 0.59 மீ. வரை உயரும் எனவும், பல விரும்பத்தகாத விளைவுகள் நிகழும் எனவும் அவர்கள் எச்சரித்துள்ளனர். நன்னீர் தட்டுப்பாடு ஏற்படுதல், கடல்நீர் அமிலத்தன்மையடைதல், உணவு உற்பத்தி குறைதல், நிலப்பகுதிகளில் நீர் தேங்குதல், புழு பூச்சிகளின் தொந்தரவுகள், நீரினால் பரவும் நோய்கள் அதிகரித்தல் என பல்வேறு பாதிப்புகளை புவி வெப்பமடைதல் ஏற்படுத்தும். பூமியின் வெப்பநிலை உயர்வதால் சில குறிப்பிட்ட தாவரங்கள் மற்றும் உயிரினங்கள் அழிந்து, பல்லுயிர் பன்மைய பெருக்கத்திற்கு தடை ஏற்படும்.

நவக்கிரகங்களில் நாம் வாழும் பூமியில் மட்டுமே காற்றும், நீரும், நிலமும் ஒரு சேர அமைந்துள்ளது. இதனால் தான் பல்வகை உயிரினங்கள் பாருலகில் பலுகிப்பெருகி வாழ முடிகிறது. புவி பரப்பிலிருந்து 10 - 50 கி.மீ. உயரம் வரையிலும் ஓசோன் படலமானது பரவி நிற்கிறது. இது சூரியனிடமிருந்து வெளிவரும் வெப்பக்கதிர்களை வடிகட்டி அனுப்புவதோடு, புற ஊதா கதிர்களையும் தடுத்து நிறுத்துகிறது. தொழிற்சாலைகள், வாகனங்கள், குளிரூட்டிகள் போன்றவற்றிலிருந்து அபரிமிதமாக வெளிவரும் குளோரோ புளோரோ கார்பன் போன்ற பசுமை வீட்டு விளைவை ஏற்படுத்தும் வாயுக்கள் ஓசோன் படலத்தை கொஞ்சம் கொஞ்சமாக சிதைத்து வருகிறது. அமில மழை ஓசோன் படலத்தில் ஓட்டைகள் உருவாகிட காரணமாகிறது. இதனால் பூமி பரப்பிலுள்ள வெப்பநிலை ஆண்டுக்கு ஆண்டு அதிகரித்து வருகிறது.

உலகின் சுமார் 70 சதவீதபரப்பு, கடல் நீரால் சூழப்பட்டுள்ளது. எஞ்சிய 30 சதவீத பூமியின் மேற்பரப்பில் ஏற்படுகின்ற வெப்பநிலை உயர்வு துருவப் பகுதிகளிலும், மலைச் சிகரங்களிலும் உள்ள பனிப் படிவுகள் மற்றும் பனிப்பாறைளை உருகவைத்து கடல் நீர் மட்டம் உயரக் காரணமாகிறது. மேலும் புவி வெப்பநிலை உயர்ந்து செல்வதால் கடலின் மேற்பரப்பிலுள்ள நீர் அதிக அளவில் ஆவியாகிப் போகிறது. இதனால் கடற்பரப்பில் காற்றழுத்த தாழ்வுநிலையும், பருவக்காற்றுக்களின் திசை போக்கில் மாறுதலும் ஏற்பட்டு உரிய காலங்களில் அந்த பகுதிகளில் நிலவ வேண்டிய காலநிலையை மாற்றிவிடுகிறது. கடல் நீர்மட்டம் அதிகரிப்பதால் கடற்கரை வாழிடங்கள், சதுப்புநிலக்காடுகள் போன்றவை பேரழிவை சந்திக்கின்றன. அதோடு கடலின் உப்புநீர் நிலத்தில் ஊடுருவி நிலத்தடிநீர் பாதிப்படைகிறது. நன்னீர் கிணறுகள் நச்சுத்தன்மை அடைகின்றன. கடல்நீர் வெப்பமாவதால் மீன்களின் வாழிடத்தில் மாற்றம் ஏற்பட்டு மீன்பிடித்தொழில் வெகுவாக பாதிக்கப்படுகிறது.

பூமியின் வெப்பநிலை உயர்வதால் விவசாய நிலங்கள் தரிசுநிலங்களாக மாறி பயிர் விளைச்சல் படுபாதளத்தில் வீழ்ந்துவிடும். இதனால் மக்களின் உணவு உத்தரவாதமும், வாழ்வாதாரமும் மிகப்பெரிய சரிவை சந்திக்கும். காலநிலைமாற்றத்தின் காரணமாக கடும் வறட்சி, உணவுப் பஞ்சம் ஆகிய ஆபத்துகள் உருவாகும். இதுவே விலைவாசி உயர்விற்கும், பணப்புழக்கமின்மைக்கும், மக்களின் வாங்கும் திறன் குறைவிற்கும் காரணமாகிறது. கடல்நீர்மட்டம் உயரும்போது தாழ்வான பகுதிகள் நீரில் மூழ்கியும், மேடான பகுதிகள் வறட்சியால் வாடியும் பாழாகி விடுகின்றன. இதனால் மக்கள் கட்டாய இடப்பெயர்ச்சிக்கும், மனித உரிமை மீறல்களுக்கும் ஆளாக வேண்டிய நிர்ப்பந்தம் ஏற்படுகிறது. காலநிலை மாற்றத்தால் ஏற்படும் இயற்கை பேரிடர்கள், அப்பகுதி மக்கள் மத்தியில் சுகாதார சீர்கேடு, பொருள் பற்றாக்குறை, சமூக சிக்கல் ஆகியவற்றைத் தோற்றுவித்து உள்ளூர் கலகங்களை உருவாக்கி விடுகிறது.

சூனிய வலைக்குள் சிக்கித்தவிக்கும் சுற்றுச்சூழலை மீட்டெடுக்க வேண்டிய நேரம் நெருங்கிவிட்டது. மரங்களை நட்டு வளர்த்தல், பிளாஸ்டிக் பயன்பாட்டைக் குறைத்தல், நிலத்தடி நீரைச் சேமித்தல்,

புகையில்லா அடுப்பு எரித்தல், காடுகளை அழியாமல் காத்தல், குளிரூட்டிகளின் ஆதிக்கத்தை குறைத்தல், புகையில்லா வாகனங்களைப் பயன்படுத்துதல், மரபுசாரா எரிசக்தியை பயன்படுத்துதல் போன்றவற்றில் கவனத்தை செலுத்தவேண்டியது காலத்தின் கட்டாயம். காலநிலை மாற்றத்தால் ஏற்படும் விளைவுகளை எதிர்கொள்ள நமது அரசு தேசிய அளவில் பல செயல் திட்டங்களை வடிவமைத்துள்ளது. குறிப்பாக சூரிய ஆற்றல் பயன்பாடு, வளம்குன்றா வாழுமிடம், தண்ணீர் பயன்பாடு, குழியல் வேளாண்மை, ஆற்றல் மேம்பாடு, இமயமலை அபிவிருத்தி, பசுமை இந்தியா, காலநிலை தகவல் என எட்டு வகையான திட்டங்களை அரசு பட்டியலிட்டு செயல்படுத்தி வருகிறது.

*****

39. மனமே மருந்து

உடல் நலம் என்பது உடலை வருத்தும் நோய்களை மட்டும் குறிப்பதில்லை. மாறாக மனம், சமூகம், ஆன்மீகம் சம்பந்தப்பட்டதாகும் மருத்துவமனைக்குச் செல்லும்போது நமது உடல் நலத்திற்கு மருந்துகள் தந்து அனுப்புவார்கள். ஆனால் சுத்தமான நீர், தூய காற்று சூரிய ஒளி, சுற்றுச்சூழல், செய்யும்தொழில், உண்ணும் உணவுகள் ஆகியவற்றை உள்ளடக்கியது தான் உடல் நலம். இவற்றில் மாற்றங்கள் நேரிடும் போது உடலில் சீற்றங்கள் ஏற்படுகிறது. மனித உறுப்புகளும் அது சம்பந்தப்பட்ட தொழில்களும் ஒழுங்காக நடைபெறாத போது நோயின் அறிகுறிகள் வெளியே தெரிகின்றன. உடல் உறுப்புகளையும் அவற்றின் பணிகளையும் ஒழுங்காக செயல்பட வைப்பதற்கு மருத்துவம் உதவுகிறது. ஆகவே உலகத்தை அறிய ஆசைப்படும் நமக்கு, நமது உடலைப்பற்றிய சிறிய அறிவு இருந்துவிட்டால் உடல் நலம் காப்பது எளிது.

நிலம், நீர், நெருப்பு, காற்று, ஆகாயம் ஆகிய ஐந்து பூதங்களை உள்ளடக்கிய நமது உடம்பை ஐந்து பாகங்களாகப் பிரிக்கலாம். முதல்பகுதி உச்சியில் இருந்து தொண்டைக்குழி வரை, இரண்டாம் பகுதி தொண்டைக் குழியிலிருந்து தொப்புள் வரை, மூன்றாம் பகுதி தொப்புளிலிருந்து மூலம் வரை, நான்காம் பகுதி கால், ஐந்தாம் பகுதி கை. இவ்விதம் வடிவமைக்கப்பட்ட நமது உடம்பில் வாதம், பித்தம்

76

கபம், என்ற மூன்று அரசர்கள் கூடி ஆரோக்கியத்தின் மேல் அதிகாரம் செலுத்தி ஆட்சி புரிகிறார்கள். வாதம், பித்தம், கபம் ஆகிய மூன்றும் நமது உடம்பில் இருக்க வேண்டிய அளவைவிட கூடுதலாகவோ அல்லது குறைவாகவோ இருக்குமானால் நமது உடம்பில் நோய் கண்டுவிட்டது என்று கருதலாம்.

இன்னொரு வகையில் சொல்லப்போனால் நமது உடலில் உள்ள உறுப்புகளும், அவற்றின் தொழில்களும் ஒழுங்காக முறைப்படி நடந்து கொண்டிருந்தால் நாம் சுகமாக இருக்கிறோம் என்று அர்த்தம். அதே சமயம் நமது உடல் உறுப்புகளும், அவை ஆற்ற வேண்டிய பணிகளும் நிலைபிறழும் சூழ்நிலையில் பிணிகளும், நோய்களும் நம்மை நாடி வந்தடைகின்றன. இதன் காரணத்தை சிந்தித்து அறிந்து கொண்டால் நமது உடலை நோயிலிருந்து விடுவித்துக்கொள்ள முயற்சி செய்யலாம். மகத்துவமான மருந்தில்லா மருத்துவத்தை பின்பற்றுவதின் மூலம் நமக்கு நாமே மருத்துவராகிவிடமுடியும். நோயுற்ற நேரத்தில் நமது உடல் உறுப்புகளின் வேலைகளை சீராக்குவதற்கு மருத்துவம் தேவையாகிறது.

நாம் உண்ணும் உணவுகள் அனைத்தும் மருந்து என்பதை உணர்ந்து வாய்க்காக சாப்பிடாமல் வயிற்றுக்காகச் சாப்பிடுவது சாலச்சிறந்தது. உணவும் உழைப்பும் அளவோடு இருப்பது உடல்நலத்துக்கு உகந்தது. மூன்று வேளை மூக்குமுட்ட சாப்பிடுவதைத் தவிர்த்து, இரண்டு வேளை சத்துள்ள உணவினை சாப்பிட்டு நீர் அருந்தினால் போதுமானது. மற்ற நேரங்களில் ஏதாவது நொறுக்குத் தீனிகளைச் சாப்பிடுவதில் தவறில்லை. நாம் எப்படி சாப்பிடுகிறோம். என்பதைவிட விட எதைச் சாப்பிடுகிறோம் என்பது முக்கியமானது. நமது உடலில் மலம், ஜலம் போன்ற கழிவுகள் தேங்காமல் இருக்கும் விதத்தில் அவ்வப்போது அவற்றை வெளித்தள்ள வேண்டும். பசிக்காமல் சாப்பிடக்கூடாது.

இயற்கையின் காட்சிகள் நமது இதயத்தைக் களிப்பாக்குகிறது. இயற்கையோடு இணைபிரியாது வாழ்ந்தால் இன்னல்கள் நம் பின்னால் சென்றுவிடும். காலையில் துயில் எழுந்து செருப்புகள் இன்றி வெறுங்காலால் நடக்கும் போது சிறு கற்கள் நமது பாதங்களை அழுத்தி உடல் உறுப்புக்களை ஆக்கமும் ஊக்கமும் அடையச் செய்கிறது. மாலை வேளைகளில் புல் தரையில் நடந்தால் அல்லது

படுத்து புரண்டால் நமது நரம்புமண்டலத்திற்கு நல்லது. இளவெயிலும், தென்றல் காற்றும் நமது உடம்பைத் தழுவும்போது இன்பம் ஏற்படும். காற்றிலும், நீரிலும், கதிரவன் ஒளியிலும் நமது நோய் தீர்க்கும் மருத்துவம் மலிந்து கிடக்கிறது. நமது காலடியில் மண்டிக்கிடக்கும் புல் பூண்டுகளே நமது பல்வேறு நோய்களைத் தீர்க்கும் மூலிகைகளாகி விடுகிறது.

காலை, மாலை ஆகிய இருவேளையும் தியானம் புரிந்து, இறைவனோடு இணைந்திருப்பது இதயத்திற்கு பலத்தைச் சேர்க்கும். கடவுளைத் தொழுவதைக் கடமையாகக் கொள்ளவேண்டும். ஒழுக்கநெறி தவறி வாழும் மாந்தர்க்கு நோய் நொடிகள் வருவது தவிர்க்க முடியாததாகிவிடும். மனக்கவலைகளைத் துறந்தால் அகத்தின் அழகு முகத்தில் தெரியும். பகல் நேரம் பணிபுரிவதற்கும், இரவு நேரம் தூங்கி ஓய்வெடுப்பதற்கும் உரியது. வாய் விட்டு சிரித்தால் நோய் விட்டுப் போகும் என்பதற்கேற்ப சிரிப்பதற்கு நேரத்தை ஒதுக்குங்கள். குலுங்கக் குலுங்கச் சிரிப்பவர்களுக்கு குடல்பிணிகள் வருவதில்லை. முதுமையிலும் இளமை நீடிக்க மனதை அலைபாயவிடாமல் ஒருநிலைப்படுத்திக் கொள்ளுங்கள். ஒருவரது நல்வினை தீவினை அவரைப் பின்தொடர்கின்றன என்பதை மறந்துவிட வேண்டாம்.

*****

40. காலச்சக்கரம்

காலச்சக்கரம் மிக வேகமாகச் சுழன்று கொண்டிருக்கிறது. கடந்து போன ஆண்டு கதறி அழுதாலும் மீண்டும் வராது. அற்புதமாக ஆண்டவர் நமக்கு ஆண்டுகளைத் தந்து கொண்டிருக்கிறார். இந்த ஆண்டில் பெரும்பாலோர் தாங்கள் இருந்த இடத்திலேயே இருந்து கொண்டிருக் கிறார்கள். சிலர் பின்னோக்கி போய்க் கொண்டேயிருக்கிறார்கள். ஆனால் மிகச்சிலர் மட்டும் முண்டியடித்துக் கொண்டு விரைவாக முன்னோக்கி நகர்ந்து கொண்டிருக்கிறார்கள். ஒருசிலர் உழைப்பின் ஏணிவழியாக உச்சியை எட்டிப்பிடித்து சிகரங்களில் வீற்றிருக்கிறார்கள். இந்த ஆண்டில் நாம் முன்னேறி இருக்கிறோமா? சென்ற ஆண்டைவிட இந்த ஆண்டில் நமது நிலமை என்ன? என்றாவது எண்ணிப்பார்த்தோமா? இனிமேலாவது நமது வளர்ச்சிக்கும், தளர்ச்சிக்கும் காரணம் என்ன என்பதைக் கண்டிப்பாகக் கண்டறிய வேண்டும். அது நமது விரைவான வளர்ச்சிக்கு நிச்சயம் வழிகாட்டியாக இருக்கும். அதற்கு முத்தாய்ப்பாய் சில வாழ்வு

நெறிகளை மட்டும் உங்கள் சிந்தனைக்கு விருந்தாக வைக்க விரும்புகிறேன்.

இறைவனைத் தவிர குறை யில்லாத மனிதர்கள் எவரும் இவ்வுலகில் இல்லை. நீங்கள் முன்னேறியவர்களைச் சற்று உற்றுப் பாருங்கள். அவர்களிடம் ஒரு நல்ல குணம் பளிச்சிடுவதைப் பார்க்க முடியும். அவர்கள் எதற்கும் பிறரைக் குறை கூறமாட்டார்கள். என்ன செய்தால் இந்தக் காரியத்தை முடிக்கலாம்? என்ன விதத்தில் வருமானத்தைப் பெருக்கலாம்? என்ன வழியில் பிரச்சினைகளைத் தீர்க்கலாம் என்ற நோக்கிலேயே குறியாக இருப்பார்கள். அதாவது கையிலெடுத்த காரியத்தில் மட்டும் கருத்தூன்றி நிற்பார்கள். நாமும் முன்னேறுவதற்கு வாழ்வில் நேர் வழியில் முன்னேறியவர்களை நமது முன்னோடிகளாக நினைவில் நிறுத்திக் கொள்ளவேண்டும். அவர்கள் என்ன செய்து முன்னேறினார்கள்? அவர்களது அன்றாட வாழ்வின் போக்கு என்ன? அவர்களுக்கும் நமக்கும் உள்ள வேறுபாடுகள் என்ன? இவற்றை அறிந்து இறையருளால் நம்மிடம் உள்ள குறைகளைப்போக்க முயற்சிக்க வேண்டும். "உன் கண்ணிலிருக்கிற உத்திரத்தைப் பாராமல் உன் சகோதரன் கண்ணிலிருக்கிற துரும்பைப் பார்க்கிற தென்ன "? என்று வேதம் குறிப்பிடுகிறது. எனவே மற்றவர்களை ஒருபோதும் குற்றவாளிகளாகத் தீர்க்காதிருங்கள். பிறரது குறைகளைப் பார்க்காமல் தமது குறைகளைக் களைய முன்வருபவரே முன்னேற்றப் பாதையில் பயணிக்க முடியும்.

"காலதாமதம் சாலவும் தீதே" என்பது முற்றிலும் உண்மை. வாழ்வில் முன்னேறத் துடிப்பவர்கள் காரியங்களை ஒத்திப் போட்டுக் கொண்டே இருக்காமல் உடனடியாகச் செயலில் இறங்கி விடுவார்கள். நீரில் இறங்காமல் நீந்தக் கற்றுக்கொள்ள முடியாது. நாம் என்ன செய்து கொண்டிருக்கிறோம்? அவர்கள் அப்படி, இவர்கள் இப்படி என்று மற்றவர்களை விமர்சனம் செய்வதில் பொழுதைப் போக்கி கொண்டிருக்கிறோம். இதனால் நாம் தினந்தோறும் செய்து முடிக்க வேண்டுமென்று நினைக்கிற காரியங்களைக்கூட ஒத்தி போட்டுக் கொண்டே இருப்போம். வாய்ப்புகள் வலிய வந்து நமது வாசலைத் தட்டும் நேரத்தில் விழிக்காமல் தூங்கிக் கொண்டிருந்தோமானால் வாழ்வில் பெரிய இழப்புகளைச் சந்திக்க நேரிடும். சோம்பேறித்

தனத்தினால் நல்ல பொழுதையெல்லாம் நாசமாக்கியவர்களைச் சரித்திரம் சமாதியாக்கி விடும். ஆகவே அன்றாடம் நாம் செய்துமுடிக்க வேண்டிய காரியங்களை வரிசைப்படுத்தி அவசரத்தின் அடிப்படையில் அவற்றைச் சீக்கிரமாக நிறைவேற்றி முடிக்க வேண்டும்.

"முயற்சி திருவினையாக்கும்" என்பதை யாரும் மறுக்க முடியாது. எடுத்த காரியத்தை நிறைவேற்றி முடிக்க வேண்டுமென்ற இலட்சியம் நம் ஒவ்வொரு வருக்கும் இருக்க வேண்டியது இன்றியமையாததாகும். இலட்சியமற்ற மனிதன் திசை தெரியாமல் தடுமாறும் பார்வையற்றவனுக்கு ஒப்பாவான். ஓடும்வரை வண்டி ஓடட்டும் என்று முயற்சியின்றி இருப்பவர்கள் முழு வாழ்வையும் பாழாக்கிப் போடுகிறார்கள். இவர்கள் உறவு, நட்பு, உயர்வு, உணவு, உற்சாகம் ஏதுமின்றி துன்பத்தில் உழல்வார்கள். அடுத்த நேர சிந்தனை ஏதுமின்றி அர்த்தமற்ற வாழ்விற்கு அடிமையாகிப் போனவர்கள் நடைபிணமாகத் தான் நாட்களை நகர்த்துவார்கள். இலட்சிய மனிதனின் முயற்சிகள் நிச்சயம் பலிக்கும். கனவுகள் நனவாகும் என்பது காலம் காலமாக கனிந்து வரும் செய்தி. முயற்சியும், பயிற்சியும் இருந்தால் வளர்ச்சிக்கு எவரும் தடைபோட முடியாது. கண்ணீரோடே விதைக்கிறவர்கள் கெம்பீரத்தோடே அறுப்பார்கள் என்பதில் மாற்றமில்லை. உங்கள் சரியான வாழ்க்கை சீரான திசைநோக்கிச் செல்லட்டும்.

*****

41. புத்தகப் பூங்கா

பூங்கா என்றாலே அங்குப் பூக்களுக்கு பஞ்சம் இருக்காது. பூங்காவிற்குள் நுழைந்து மனம் கமழும் வண்ணமலர்களைப் பார்த்து ரசித்துப் பறித்து மகிழ்வதிலே அனைவருக்கும் ஆனந்தம். ஆனால் நான் இங்குச் சுட்டும் புத்தகப் பூங்காவில், காகிதத்திலே பூத்து இதயத்தில் இன்பத்தை வளர்த்திடும் அறிவுப்பூக்களை மட்டுமே பார்க்க முடியும். இந்தக் காகித பூக்கள் பற்பல வடிவில், கண்கவர் வண்ணத்தில், படைப்பவர் எண்ணத்தில், மணம்பரப்பி, உள்ளங்களை உருக்கி, உயர எண்ணங்களை வளரச்செய்யும் உன்னதப் பூக்கள்.

காகிதபூக்களிலே கதைப் பூக்கள், கவிதைப்பூக்கள், கட்டுரைப் பூக்கள், துணுக்குப் பூக்கள், நாவல் பூக்கள், நாடகப்பூக்கள்,

பாட்டுப்பூக்கள், வாழ்த்துப்பூக்கள், அறிவியல்பூக்கள், கணிதப்பூக்கள், இலக்கியப்பூக்கள், வரலாற்றுப் பூக்கள், வணிகப்பூக்கள் என எண்ணிறந்த பூக்கள் உள்ளன. புத்தகப்பூக்களில் மலர்ந்திடும் இந்தப்பூக்களின் வாசத்தால் உண்மையை உணர்த்தியும் பொய்மையைப் புறக்கணித்தும் உள்ளத்தை உயர்வடையச் செய்யலாம். அன்று புத்தகப் பூங்காவினுள் புகுந்து இலவசமாய்ப் பூத்துக்கிடந்த எண்மிகு வண்ணம் கொண்ட காகிதப் பூக்களை நுகர்ந்து பார்த்தவர்கள், இன்று புகழ்வானில் பறந்து சிகரங்களில் சிங்காரமாய் வீற்றிருக்கிறார்கள். இலக்கிய மேதை ஷேக்ஸ்பியரின் பிறந்ததினமான ஏப்ரல் 23 உலக புத்தக தினம் ஆகும்.

விதைக்குள் விருட்சம் போல் ஒரு சமூகத்தின் எழுச்சிக்கான கருத்துக்களைச் சிலபுத்தகங்கள் தன்னுள் கொண்டிருக்கின்றன. அதனால்தான் ஆட்சி அதிகாரத்தையே உலுக்கிவிடும் பேராற்றல் ஒரு புத்தகத்திற்கு உண்டு என்கிறார் கார்லைல். துப்பாக்கிகளை விட பயங்கரமான ஆயுதங்கள் புத்தகங்கள் என்று கூறியிருக்கிறார் மார்ட்டின் லுத்தர்கிங். ஒவ்வொரு புத்தகமும் ஒரு படைப்பாளியின் எண்ணக்கனவு மற்றும் லட்சியங்களைக் கொண்டிருக்கிறது. இதை மனதில் கொண்டுதான் கவிஞர் வால்ட் விட்மேன் "புத்தகத்தைக் கையில் எடுக்கும்போது ஒரு மனிதனின் இதயத்தைக் கையில் எடுக்கிறார்கள்" என்று சொல்லுகிறார். மனிதனைப் புதுப்பிக்கும் அற்புத சக்தி நல்ல புத்தகங்களுக்குத்தான் உண்டு.

மிகச்சிறந்த இயற்பியல் விஞ்ஞானி ஆல்பர்ட் ஜன்ஸ்டின் சொல்கிறார், மனிதன் கண்டு பிடிப்புகளிலே மிகச்சிறந்தது "புத்தகம் தான்". ஆகவே நாம் தினந்தோறும் வாசிக்கப்பழக வேண்டும். "எனது முன்னேற்றம் அனைத்திற்கும் ஒரே ஆசான் புத்தகங்கள்தான்" என்கிறார் வின்ஸ்டன் சர்ச்சில். மனிதனின் கண்டு பிடிப்புகளிலே அற்புதமானதும் அதிக பயனுள்ளதும் புத்தகம் ஒன்றுதான் என்கிறார் சாமுவேல் ஜாண்சன். வீட்டை அலங்கரிக்க புத்தகங்களைவிட அழகான பொருள் இன்னும் கண்டுபிடிக்கப்படவில்லை. என்கிறார் ஹென்றி வார்ட் பீச்சர். வீடுகளில் பூஜைஅறை, படுக்கை அறை, வரவேற்பறை, அலுவலக அறை, சமயலறை, கழிப்பறை எனப் பல அறைகளை அமைப்பவர்கள், வாசிப்பறை ஒன்று அமைப்பதற்கு யோசிப்பதில்லை.

ஒரு கோடி ரூபாய் கிடைத்தால் என்ன செய்வீர்கள் என்று நமது தேசத்தந்தை காந்தியடிகளிடம் கேட்டபோது, "கட்டுவேன் நூலகம்" என்றாராம். பெண்கள் முன்னேற என்னதான் வழியென்று கேட்டபோது முதலில் அவர்கள் கையிலுள்ள கரண்டிகளை பிடுங்கிவிட்டுப் புத்தகங்களைக் கொடுங்கள் என்றாராம் தந்தை பெரியார். சட்ட மேதை அம்பேத்கார் ஒருமுறை வெளிநாடு சென்றிருந்த போது நூலகத்திற்கு அருகில் தங்க விரும்புவதாகத் தெரிவித்துள்ளார். உலக மாமேதை என்றழைக்கப்படும் லெனினுக்குப் பிறந்தநாள் பரிசு என்ன வேண்டுமென்று கேட்டபோது புத்தகம் மட்டுமே என பதிலளித்தாராம். குழந்தைகளுக்கு நீங்கள் வாங்கித்தரும் மிகச்சிறந்த பரிசு புத்தகங்களே என்று வின்ஸ்டன் கூறுகிறார். ஒரு நூலகத்தின் கதவு திறக்கப்படும் போதெல்லாம் ஒரு சிறைச் சாலையின் கதவு மூடப்படுகிறது.

எனவே இனிமேல் புத்தகங்களை நேசிப்போம், சுவாசிப்போம், வாசிப்போம், யாசிப்போம் என உள்ளத்தில் உறுதி கொள்வோம். தினமும் புத்தகப்பூங்காவினுள் புகுந்து காகிதப் பூக்களைப் பறித்து, அதன் வாசகத்தை வசமாக்கி வாழ்வில் வாகைசூடுவோம்.

*****

42. நீதிமானும் பனையும்

"நீதிமான் பனையைப் போல் செழித்து............வளருவான்" (சங்.92:12)

நீதிமான் என்ற வார்த்தைக்கு நேர்மையானவன், நீதி தவறாதவன், நியாயக் கேடு செய்யாதவன் என்றெல்லாம் பொருள் கொள்ளலாம். இங்கு பனை என்பது நமது நாட்டுப் பனைமரம் அல்ல. அது இஸ்ரவேல் நாட்டில் காணப்படும் பேரீச்சமரம். நீதிமான் பனையைப் போல் செழித்து வளருவான் என்பதைப் படித்தவுடன் உருவத்தில் உயரமாக வளர்ந்திருப்பவர்களையெல்லாம் நீதிமான்கள் என்று நினைத்து விடக் கூடாது.

பேரீச்ச மரங்களை இஸ்ரவேல் நாட்டிலுள்ள பாலைவனச் சோலைகளில் அதிகமாகக் காணலாம். பயணிகள் இதைப்பார்த்தவுடனே பெரிதும் மகிழ்ச்சியடைவர்கள். இஸ்ரவேல் மக்கள் தங்கள் மகிழ்ச்சி ஆரவாரத்திற்கு அடையாளமாக பேரீச்சமர இலைகளைப் பயன்படுத்துவார்கள். இயேசு நாதர் கழுதையின் மேல் அமர்ந்து பவனி

வந்த பொழுது பெரியோரும் சிறியோரும் பேரீச்சமர இலைகளைப் பிடித்துக் கொண்டு ஓசன்னாப் பாடினார்கள்.

வேத புத்தகத்திலே பேரீச்ச மரத்தைக் குறித்து பல இடங்களில் குறிப்பிடப்பட்டிருப்பதைப் படிக்க முடியும். ஏலீமில் 70 பேரீச்ச மரங்களும், 12 நீரூற்றுக்களும் இருந்ததாகச் சொல்லப்பட்டுள்ளது. எரிகோ பட்டணத்திற்கு 'பேரீச்ச மரங்களின் பட்டணம்' என்று பெயர். தெபோராள் பேரீச்ச மரத்தின் கீழிருந்து நியாயம் விசாரித்த சம்பவம் விவரிக்கப்பட்டுள்ளது.

பேரீச்ச மரம் உயரமாக, ராஜரீகமாக, மிக அழகாக நிமிர்ந்து நிற்கும் ஒருமரம். ஏறக்குறைய நமது பனையைப் போலிருக்கும். ஆனால் அது சிறிதும் வளையாது. அதனுடைய இலைகள் விசிறி போன்ற மிகக் கவர்ச்சியான தோற்றத்துடன் காணப்படும். இஸ்ரவேல் மக்களின் நீண்ட நாள் வளத்திற்கும், நலத்திற்கும் காரணமாக இருப்பது பேரீச்சம் பழம்தான். இந்த மரம் 100 முதல் 200 ஆண்டுகள் வரையிலும் வாழும் தன்மை படைத்தது.

பேரீச்ச மரத்தின் வேர் தண்ணீர் ஓரங்களில் நீட்டிக் கொண்டிருக்கும். அதன் தலைப்பகுதி சூரியனைப் பார்த்திருக்கும். ஒருமரம் ஆண்டொன்றுக்கு 100 கிலோ பேரீச்சம் பழங்களைக் கொடுக்கும். பேரீச்சம் பழம் பல்வேறு நோய்களுக்கு மாமருந்தாகப் பயன்படுகிறது. பேரீச்ச மரத்தின் எல்லாப்பகுதிகளும் பயனுள்ளவை. இதனால் தான் நமது முன்னோர்கள் உத்தமனுக்கு உவமையாகப் பனையைச் சொன்னார்கள்.

இவ்விதம் பயன்தரும் பேரீச்ச மரத்திலிருந்து நீதிமானைக் குறித்து அநேகம் காரியங்களை அறிந்து கொள்ள முடியும். பேரீச்சமரம் வளையாதது போல் நீதிமான் உண்மையிலிருந்து சற்றும் வளைந்துக் கொடுக்க மாட்டான். இம்மரத்தின் வேர் தண்ணீர் ஓரங்களிலும் தலைப்பகுதி சூரியனைப் பார்த்தும் இருப்பது போல், நீதிமான் பரிசுத்த ஆவியின் பெலனில் நின்று கொண்டு, தன் கண்களை நீதியின் சூரியனாம் இயேசுவில் பதித்திருப்பான்.

பேரீச்சமரம் தப்பாமல் கனிகளைத் தருவது போல, நீதிமானும் நற்கனிகளை வாழ்வில் வாரி வழங்குகிறவனாகக் காணப்படுவான்.

பேரீச்சம் பழங்கள் அனைவரையும் மகிழச் செய்வது போல் நீதிமான் மற்றவர்களை மகிழ்ச்சியின் பாதையில் நடத்துவான். பேரீச்சமரம் நீண்ட நாட்கள் வாழ்வது போல் நீதிமானும் நித்திய ஆயுசுள்ளவனாக இருக்கிறான். பேரீச்சமரத்தின் எல்லாப் பகுதியும் நமக்குப் பயன்படுவது போல நீதிமான் எல்லா விதங்களிலும் பயனுள்ளவனாயிருப்பான்.

*****

43. பேசுவது எப்படி

மட்டுக்கு மிஞ்சினபேச்சு அளவற்ற தீமைகளை விளைவிக்கும்.தம் நாவை அடக்குவோர் விவேகமுள்ளோர் (நீதி. 10 : 19). தம் வாயையும் நாவையும் காப்பவர் இடுக்கண் வராமல் தம்மைக் காத்துக் கொள்வார் (நீதி. 21:23).

மனிதன் ஒரு சமூக பிராணி என்றார் சாக்ரட்டீஸ். உலகில் பேசுகின்ற ஆற்றல் பெற்ற உயிரினம் மனிதகுலம் மட்டுமே. ஆனால் அந்தப் பேச்சு கட்டுப்பாட்டில் இல்லாவிடில் பேரழிவு நிகழ்ந்து விடும். சிலருக்கு அமைதியாயிருப்பதே ஒருவித அலர்ஜி. எனவே எப்போதும் எதையாவது பேசி அடிக்கடி சிக்கல்களில் மாட்டிக்கொண்டே யிருப்பார்கள்.

மனிதத் திறமைகளிலே மகத்தானது பேச்சுக்கலை. பேச்சுக்கலை என்பது வெறும் மேடையில் முழங்கும் உரைவேச்சு மட்டுமன்று. மேடையில் மக்கள் கூட்டத்தில் பேசத் தெரியாவிட்டாலும் கூடப் பரவாயில்லை. தனிப்பட்ட முறையில் உடன் மக்களோடு பேசும் கலை தெரியாவிட்டால் வாழ்க்கையில் வெற்றிகளைப் பெற்றிட முடியாது. ஆயகலைகள் அறுபத்து நான்கில் புலமை பெற்றிருந்தாலும் பேச்சுக்கலை இல்லாமல் புகழின் உச்சியைத் தொடமுடியாது. நம்முடைய வாழ்க்கையிலே பெரும்பாலான பிரச்சினைகள் வீண் வார்த்தைகளைப் பேசுவதினால் வருகின்றன. மனிதன் சீறிப்பாயும் சிங்கத்தையும், கொடூரமான சிறுத்தையையும், பெலனுள்ள யானையையும் தனக்கு அடிமை வேலை செய்யும்படி பழக்குவித்து அடக்கி ஆளுகிறான். ஆனால் தன்னுடைய நாவை அடக்கிக் கொள்ள அறியாதிருக்கிறான்.

84

பேசுவதற்கு ஒரு காலம் பேசாதிருப்பதற்கு ஒரு காலம் (ச.உ. 3:7) உண்டு. எப்போது பேசவேண்டும், எங்குப் பேச வேண்டும், எப்படிப் பேச வேண்டும் என்பதைப்பற்றி நன்கு அறிந்தவனே சிறந்த ஞானி. உன் மார்பில் சாய்ந்திருக்கிற மனைவி முன்பும் உன் வாய்க்குப் பூட்டு போடு என்று மீக்கா எச்சரிக்கின்றார். மௌன மொழியைப் பேச்சுக்கலையாக்கி எதிரிகளைத் திகைக்கச் செய்தவர் இயேசு கிறிஸ்து. அவர் கூக்குரலிட மாட்டார். தம் குரலை உயர்த்த மாட்டார், தம் குரலொலியைத் தெருவில் எழுப்பவும் மாட்டார் என்பது இயேசு கிறிஸ்துவைக் குறித்த ஏசாயாவின் தீர்க்கத்தரிசனம். இயேசு இவ்வுலகில் நற்செய்தி பணியாற்றிய காலத்தில் ஒருபோதும் நிலை தடுமாறி, நிதானமிழந்து பேசியதில்லை. நிதானமாய்ப் பேசுகிறவர்களின் வார்த்தைகளைக் கேட்க அரசர்களும், அதிகாரத்திலிருப்பவர்களும் பிரியப்படுவார்கள்.

பொதுவாக ஒருநாளில் ஆண்கள் 28000 வார்த்தைகளையும், பெண்கள் 32000 வார்த்தைகளையும் கொட்டித்தீர்க்கிறார்கள் என ஆராய்ச்சி முடிவுகள் தெரிவிக்கின்றன. நாவ மிகச் சிறியதாய் எலும்பற்றதாய் இருந்தாலும் எப்பக்கத்திலும் சுழலும் தன்மையுடையது. இயற்கையில் கடவுள், நாவுக்கு ஒரு முக்கியமான இடத்தைக் கொடுத்து, அதை வேலியடைத்து பாதுக்காக்கிறார். அதைச் சுற்றிலும் பாதுகாப்புக்காக 32 பற்களை அடுக்கி வைத்திருக்கிறார். "பாஸ்பரஸ்" என்னும் வேதிப்பொருள் தீ பற்றி எரியாமலிருக்க விஞ்ஞானிகள் அதை எப்பொழுதும் தண்ணீருக்குள்ளே போட்டு வைத்திருப்பார்கள். தீப்பொறி போன்ற நாவும் எப்போதும் வாய்க்குள்ளிருக்கும் தண்ணீருக்குள்ளே வைக்கப்பட்டுள்ளது. ஆ! பாருங்கள், சிறியதொரு தீப்பொறி எத்துணை பெரிய காட்டைக் கொழுத்தி விடுகிறது. நாவும் தீயைப்போன்றதுதான் (யாக்.3:5)

மருத்துவர்களிடம் போனால், அவர்கள் செய்கிற முதல் காரியம், "நாவைக் காட்டு" என்பார்கள். நாவைப் பார்த்தவுடனே, உடலில் எப்படிப்பட்ட வியாதிகள் இருக்கிறது என்பதை உடனே கண்டுபிடித்து விடுவார்கள். கடவுளும் கூட ஆன்மீக வாழ்வில் நமது வாய் எப்படியிருக்கிறது? நாவு எப்படி சுழல்கிறது? வார்த்தைகள் எப்படிப் புரள்கிறது என்பதையெல்லாம் கவனிக்கிறார். பரிசுத்த பவுல், கெட்ட

வார்த்தை எதுவும் உங்கள் வாயினின்று வரக்கூடாது. கேட்போர் பயனடையும்படித் தேவைக்கு ஏற்றவாறு அருள் வளர்ச்சிக்கேற்ற நல்ல வார்த்தைகளையே பேசுங்கள் (எபே . 4:29) என்று அறிவுறுத்துகின்றார். தீயினால் சுட்டபுண் உள்ளாறும், ஆறாதே நாவினால் சுட்டவடு. சிலருடைய நச்சு வார்த்தைகள் துப்பாக்கிக் குண்டுகளைப் போல பலரைக் காயப்படுத்துகிறது, சிலரை கொன்றேவிடுகிறது. எனவே நீங்கள் இவ்வுலகில் வெற்றி வாழ்க்கை வாழ்வதற்கு முதலில் உங்களுடைய நாவைப் பழக்கவேண்டும்.

*****

44. சாப்பாட்டு வைத்தியம்

இன்றைய நாட்களில் பெருபாலான உடல்நல பிரச்சினைகள் நாம் சாப்பிடும் உணவினால் தான் ஏற்படுகின்றன. பெருந்தீனியினால் நமது சுய கட்டுப்பாடு வீழ்ச்சியடைந்து, ஆன்மீகம் நலிவடைந்துவிடுகிறது. அனைவரது ஆரோக்கியமும் அணுஅணுவாக வலுவிழந்துவரும் நிலையில், மனித குலத்தின் செழிப்பான எதிர்காலம் ஆடம்பர வாழ்வைக் குறைத்துக் கொண்டு, நாவைக் கட்டுப்படுத்தி வாழ்வதில்தான் அடங்கியுள்ளது. நாம் அளவோடு சாப்பிட்டு பழகுவதோடு நில்லாமல், பிறரோடு பகிர்ந்து உண்ணும் பழக்கத்தைக் கடைப்பிடிக்க வேண்டும். இப்போது சாப்பாடு பற்றாக்குறையால் பாதிக்கப்படுபவர்களை விட, அதிக சாப்பாட்டினால் அவதிப்படுபவர்கள் தான் அதிகரித்துக் கொண்டிருக்கிறார்கள்.

இயற்கையாக நமது உடல் காரத்தன்மையுடையது. இயல்பாக நமது உடலில் அமிலத்தின் அளவு 20 சதமும், காரத்தின் அளவு 80 சதமும் இருத்தல் வேண்டும். அசைவ உணவுகள், துரித உணவுகள், இனிப்பு உணவுகள் ஆகியவற்றை அதிகமாக நாம் உட்கொள்வதால் இந்தக் கார அமில நிலை மாறி 80 சதம் அமிலத் தன்மையும், 20 சதம் காரத் தன்மையும் உடையதாக நமது உடல் மாறுகின்றது. இதனால் நமக்குக் காரணம் காண இயலாத புதுப்புது நோய்கள் வந்த வண்ணம் இருக்கின்றன. இதனைச் சரி செய்ய காரத்தன்மை கொண்ட காய்கறிகள், கீரைகள், பழங்கள், முளைகட்டிய தானியங்கள் போன்றவற்றைக் கூடுதலாக உண்ணுதல் வேண்டும். மனித உடல்

86

ஆரோக்கியத்திற்கு அத்தியாவசியமான 45 வகையான மூலக் கூறுகள் இயற்கையில் கிடைக்கும் உணவுப்பொருட்களில் மட்டுமே இருக்கும். வேகவைத்த உணவுகளை விட பச்சையான உணவுகள் அதிகச் சத்துள்ளவை.

உடல் நலம் குன்றிப்போகாமல் இருப்பதற்கு ஒருவரது மனநிலையும் முக்கிய காரணம் என்பதை உணர்ந்து வாழ வேண்டும். நல்ல மனநலமுள்ள ஒருவர் சில காலம் சத்துணவை முறையாக உட்கொண்டுவந்தால் உடல்நலம் நிச்சயம் சீராகும். ஆனால் மனம் கெட்டுப்போன ஒருவர் பல மாதங்கள் மட்டுமன்றி. பல வருடங்கள் சத்துணவை உட்கொண்டாலும் உடல்நலம் மேம்படாது. அதேபோன்று பொருளாதார நிலையால் ஒருவருடைய உடல்நலத்தைக் காப்பாற்றி விடமுடியாது. அப்படியென்றால் செல்வர்கள் எல்லாரும் சாகாவரம் பெற்றவர்களாக மாறிவிடுவார்கள். வாழும் வரை நலமாக இருப்பதற்கு உணவை மருந்தாக மதிக்க வேண்டும். மனதை மருந்தாக மாற்ற வேண்டும். மன நலன்கள் சரியானால் மாத்திரைகள் தேவையில்லை.

சிலருக்கு உட்கொண்ட உணவு. ஒழுங்காக சீரணிப்பதில்லை. ஒழுங்காக சீரணிக்காத உணவிலிருந்து உடலுக்குத் தேவையான ஊட்டச்சத்துக்கள் கிடைப்பதில்லை. ஆதலால் ஒருவர் தனக்குச் சீரணம் கெடுவதை உணர்ந்து. உண்ணும் உணவு சீரணிப்பதற்கான முயற்சியை மேற்கொள்ள வேண்டும். தூக்கக் குறைவு, உழைப்பின்மை, கெட்ட உணவு. பயத்தோடு உணவைச் சாப்பிடுதல், உணவை வெறுப்புடன் உண்ணுதல், கவலையோடு உணவருந்துதல், வேகமாக உணவை உள்ளே தள்ளுதல், நன்கு மெல்லாமல் விழுங்குதல், சலிப்போடு சாப்பிடுதல், களைப்போடு உண்ணுதல், ஈடுபாடு இல்லாமல் சாப்பிடுதல் போன்ற பல்வேறு காரணங்களால் சீரணம் கெடும். எனவே சாப்பாட்டு முறையை ஒரு வைத்திய முறையாக பின்பற்றினால் இறை பெலத்தால் இன்பமாக வாழலாம்.

*****

45. ஊஞ்சலாடும் உறவுகள்

விரைந்து சுழன்றாடும் விந்தைமிகு இயந்திர உலகில் இன்றைய மனிதன் சுயநலமிக்க வாழ்க்கையில் வீழ்ந்துவிட்டான். ஆம்! இந்த மனிதன் பறவையைப் போன்று பறக்க அறிந்து கொண்டான். மீனைப் போன்று நீந்தத் தெரிந்து கொண்டான். விலங்குகளைப் போன்று நடிக்கப் பழகிக்கொண்டான். ஆனால் மனிதனைப் போன்று வாழ மட்டும் அறிந்தானில்லை. பன்முகத் தன்மையில் உறவு என்னும் உயிரில் இந்த உலகம் சுற்றிக் கொண்டிருக்கிறது. அந்த உறவு மனிதகுலத்தை உயர்வு படுத்துகிறது. இத்தகைய உறவுகள் இப்போது வீட்டிலும் நாட்டிலும் உலர்ந்து போய்விட்டது.

உறவை மையமாகக் கொண்டே குடும்பம் அமைகிறது. பெற்றோர், பிள்ளைகள், பேரப்பிள்ளைகள் என பல உறவுகள். உறவுகள் தழைத்தோங்க வேண்டிய குடும்பத்தில் பூகம்பங்கள் பொங்கி எழுகிறது. நமது குடும்ப உறவுகள் சிதைவடைவதை நாம் கண் கூடாக காண முடிகிறது. கணவன் மனைவி செல்லச் சண்டைகள் மாறி கொலைவெறியில் ஈடுபடுவது சாதாரண நிகழ்ச்சியாகிவிட்டது. விவாகரத்து என்பது விளையாட்டாக மாறிவிட்டது. பெற்றோரைப் பேண வேண்டிய பிள்ளைகள், அவர்களை நடுத்தெருவில் அலைய விடுவது நாகரீகமாகி வருகிறது. மனித உறவுகள் மணல் வீடாய் மாறி வருகிறது.

உயிர் நண்பன் என்று சொல்லிக் கொண்டு, உடலோடு ஒட்டி விட்டு, உடலில் பாதியை வெட்டிவிட்டால் உலகத்தில் உயிர்வாழ முடியுமா? கூடவே இருக்கிறவர்கள் குழிபறித்தால் மகிழ்ச்சியாக இருக்க முடியுமா? நண்பன் என்பவன் எப்போதும் நல்ல அன்பனாக இருக்க வேண்டுமே தவிர, வல்ல வம்பனாக மாறி அம்பாக இதயத்தை குத்தி குதறக்கூடாது உடுக்கை இழந்தவன் கைபோல இடுக்கன் களையவேண்டிய நட்பு இயந்திரமயமாகிவிட்டது. கூடா நட்புகள் கேடாய் மாறுவது வாடிக்கையாகிவிட்டது. இறையுறவில் இறைமக்களாகிய நாம் அனைவரும் ஒன்றாக இணைக்கப்பட்டுள்ளோம் என்பதை மட்டும் நினைவில் நிறுத்துவோம்.

*****

46. முதுமையில் இளமை

பதினாறு வயதில் ஒருவர் இளமையாய் இருப்பது பெரிய காரியம் அல்ல ஆனால் அறுபது வயதில் இளமையாய் இருப்பதில் தான் ஒருவரின் தனிப்பட்ட சாதனை அமைகிறது. அவர்கள் முதிர்வயதிலும் கனிந்து புஷ்டியும் பசுமையுமாயிருப்பார்கள் (தி.பா. 92:15) என்பதற்கேற்ப வாழ முடியுமா? உடலை கட்டுக் கோப்பாகவும், ஆரோக்கியமாகவும், அழகாகவும் வைத்துக் கொள்ள மனம், உடற்பயிற்சி, உணவு ஆகியவை முக்கியமானவையாகும்.

மனிதர்கள் வயதானதும் தோல்களில் உள்ள செல்கள் இறந்து விடுவதாலும், போதுமான அளவுக்குப் புதிய செல்கள் உற்பத்தி ஆகாததாலும் அவர்களின் தோல் சுருங்கி விடுகிறது. எனவே சாகாவரம் பெற்ற செல்களை உற்பத்தி செய்யும் முயற்சியில் அமெரிக்கா நாட்டைச் சார்ந்த டெக்சாஸ் பல்கலைக்கழக விஞ் ஞானிகள் ஈடுபட்டு அதற்கான உயிரியல் தொழில்நுட்பங்களைக் கண்டு பிடித்துள்ளனர். இதனால் வயதானாலும் இளமையான தோற்றப் பொலிவை முதியவர்கள் பெறமுடியும்.

நமது ஆயுசு நாட்கள் 70 வருஷம் (தி.பா.90:10) என்று வேதம் சொல்லுகிறது. அப்படியே 70 ஆண்டுகள் வாழும் ஒருவர் என்ன செய்கிறார் என்று சில சர்வே முடிவுகள் கூறும் செய்தியைப் பார்ப்போம். ஒருவர் 24 ஆண்டுகள் தூக்கத்திலும், 13 ஆண்டுகள் உழைப்பதிலும், 6 ஆண்டுகள் சாப்பிடுவதிலும், 8 ஆண்டுகள் பொழுது போக்கிலும், 5 ஆண்டுகள் ஆடையலங்காரத்திலும், 4 ஆண்டுகள் படிப்பதிலும், 3 ஆண்டுகள் அரட்டையிலும், 3 ஆண்டுகள் வாசிப்பதிலும், 3 ஆண்டுகள் நோய்ப்படுக்கையிலும், ஒரு ஆண்டு இறைவழி பாட்டிலு மாகத் தனது 70 ஆண்டு கால வாழ்க்கையைச் செலவு செய்கிறார் என்று கணக்கிடப்பட்டுள்ளது.

தற்போதைய நிலவரப்படி இந்திய மக்களின் சராசரி வயது 65 ஆகும். உலகில் ஆண்களைவிட பெண்கள் சராசரியாக 75 ஆண்டுகள் வாழ்கின்றனர். ஜப்பான் நாட்டில் 100 வயதைக் கடந்தவர்கள் பல்லாயிரக்கணக்கில் நலமுடனும், திருப்தியுடனும், மகிழ்ச்சியுடனும் வாழ்ந்து வருகிறார்கள். இவர்களில் பெரும்பாலோர் விவசாயிகள்.

இவர்கள் எதைக் குறித்தும் கவலைப்படாமல் வீட்டுவேலை தோட்டவேலை ஆகியவற்றைச் செய்து அளவுடன் சாப்பிட்டு வாழ்கிறார்கள். அவர்கள் உழைப்பை பற்றி மட்டுமே அறிவார்கள். இவ்விதம் 100 வயதுக்கு மேல் இளமைத் துடிப்புடன் இருப்பதற்கு இயற்கை உணவுகளே காரணம் என்று கருதப்படுகிறது.

அறுசுவை உணவில் உடல் நலம் அமைந்துள்ளது. நோய் வராமல் தடுப்பதிலும், வந்த நோயைக் குணப்படுத்துவதிலும் உண வுக்கு முக்கிய பங்கு உண்டு. ஆரோக்கியமான உயிரணுக்கள் உருவாக உணவில் உள்ள பல்வேறு ஊட்டச்சத்துகள் உதவுகின்றன. இறைவன் படைத்த பயிர் வகைகளில் முக்கியமானது மூலிகைகள். முதுமை நோயைக் குணப்படுத்த மூலிகை மருந்துகளே பலன் தரும் என்று கண்டறியப்பட்டுள்ளது. இவை இதயத்தைத் தூய்மைப் படுத்தி இன்ப உணர்ச்சிகளைத் தரவல்லது. இப்போது மூலிகைகளிலிருந்து பல்லாயிரக்கணக்கான மருந்துகள் தயாரிக்கப்படுகின்றன.

மனித இதயத்தை மோசமான சிந்தனைகன், பயம், கவலை படபடப்பு முதலியவை கெடுக்கிறது. அந்த இதயத்தில் நல்ல சிந்தனை, உற்சாகம், மகிழ்ச்சி போன்றவை பரவும் போது ஆயுள் அதிகரிக்கிறது. இறைவன் நம்மை இயக்கிக்கொண்டிருக்கிறார் என்ற உண்மையை உணரத் தொடங்கிட்டால் நம் இதயம் சீராக இயங்கும். ஒருவருக்குப் போதுமான வருமானம் இல்லையென்றால் முதுமையில் தளர்ச்சி, சலிப்பு, சோர்பு முதலியவை வந்து விடுகின்றன என்று பிரிட்டன் மருத்துவ கழகத்தின் ஆய்வு முடிவுகள் தெரிவிக்கின்றன. கடந்த பல ஆண்டுகளாக அபாய நோய்கள் அதிகரித்து வருகிறது.

வயதானவர்களுக்கு மூளைத்தளர்ச்சியும், அறிவுத்திறன் வீழ்ச்சியும் ஏற்படுகிறது. முக்கியமாக நினைவாற்றல் பாதிக்கப்பட்டு மறதி உண்டாகிறது. முதுமை மறதி நோய் 60 வயதுக்கு மேற்பட்டவர்களிடம் 10 சதவீதம் காணப்படும். 80 வயதுக்கு மேற்பட்டவர்களிடம் 20 சதவீதம் இருக்கும். மனிதனின் சரீர நிலையும் எப்போதும் ஒன்றுபோல் சீராக இருப்பதில்லை. வயது ஆக ஆக முடி நரைத்தல், வழுக்கை ஏற்படுதல், பல் விழுதல் எனப் பல மாறுதல்கள் தோன்றுகின்றன. அறுபதைத் தாண்டிய வர்கள் சாதாரணமாகத் தடுக்கி விழுதல், வழுக்கி விழுதல் போன்றவை மூலமே திடீரென்று

மரணமடைகின்றனர். எனவே முதிய வர்களைக் குழந்தைகளைப் போல் பாதுகாக்க வேண்டியது அவசியமல்லவா?

அழகுக்கலை மூலம் எப்படித்தான் இளமையைத் தக்க வைக்க முயற்சித்தாலும் என்றாவது ஒருநாள் மரணத்தை நாம் வரவேற்றுத் தான் ஆகவேண்டும். மாம்சமெல்லாம் புல்லைப் போலவும், அதின் மேன்மையெல்லாம் வெளியின் பூவைப் போலவும் இருக்கிறது. கர்த்தரின் ஆவி அதின்மேல் ஊதும்போது புல் உலர்ந்து பூ உதிரும். ஜனமே புல். இளமை என்பது தற்காலிகமானது சௌந்தர்யம் வஞ்சனையுள்ளது. அழகும் வீணானது. இவற்றை நம்பி எத்தனையோ பேர் ஏமாந்து போகிறார்கள். இப்படியே மனிதன் நாடிச்செல்லும் அனைத்தும் மாயையும் மனதுக்குச் சஞ்சலமுமாயிருக்கிறது.

*****

47. அன்பை விதைப்போம்

"பிறர் உங்களுக்குச் செய்ய வேண்டும் என விரும்புகிறவற்றை எல்லாம் நீங்களும் அவர்களுக்குச் செய்யுங்கள்" இறைவாக்குகள் கூறும் பொன்விதி இதுவே.

கொரோனா வாழ்வின் எல்லாத் துறைகளிலும் மாபெரும் தாக்கத்தையும் சவாலையும் ஏற்படுத்தியுள்ளது. பொருளாதார சிக்கல்களும், வேலையில்லாச் சூழலும் அடிப்படைத் தேவைகளைக் கூட நிறைவேற்ற முடியாத நிர்ப்பந்தத்தைப் புகுத்தியுள்ளன. இனி தொழில்நுட்பம் சார்ந்த புதிய வாழ்க்கைப் பாணியே உருவாகுகின்றது. ஆயினும் பல்வேறு படிப்பினைகளைக் கொரோனா தொற்று நமக்குக் கற்றுத்தந்துள்ளது. இதைவிட இறைவன் நமக்கு எப்படி வாழ்வின் நிலையாமையை உணர்த்த முடியும்?

முதன் முதலில் பொது முடக்கம் அறிவிக்கப்பட்டபோது, அடுத்த வேளை சோற்றுக்கு வழியில்லாமல் நின்ற ஆயிரக்கணக்கான மக்களின் நிலை கேள்விக்குறியானது. அவர்களின் துயர் துடைக்க அவசரமாகத் தோள் கொடுத்தவர்கள் ஏராளம். பாதிக்கப்பட்டவர்களின் இடுக்கண் களைய ஓடி உழைத்த உத்தமர்களின் அளப்பரிய சேவை அனைவரின் பாராட்டுக்கும் உரியது. உணவுப் பொட்டலங்களைச் சுமந்து கொண்டு ஓடி ஓடி சேவை செய்த தொண்டர்களுக்குப் பாதிக்கப்பட்டவர்களின்

பசி மட்டும் தெரிந்ததே தவிர, அவர்களின் நிறமோ, மதமோ, இனமோ, மொழியோ, சாதியோ கண்ணுக்குத் தெரியவில்லை. மனிதம் இன்னமும் மரித்துப் போகவில்லை என்ற பெரும் ஆறுதல் நமக்கு ஏற்படுகிறது.

இது ஒருபுறம் இருக்க மனசாட்சி இல்லாமல் செயல்படும் ஒரு சில மக்களைப் பார்க்கும்போது அவர்கள் இன்னமும் வாழ்க்கையின் நிலையாமையைப் புரிந்து கொள்ளவில்லை என்ற வருத்தமே மேலோங்குகிறது. எந்த நிமிடத்திலும் ஒருவரின் வாழ்க்கை தடம் மாறும் என்பது தெளிவாகிவிட்டது. ஆனாலும் இந்தச் சூழ்நிலையைத் தங்களுக்குச் சாதகமாக்கிக் கொண்டு பணம் ஈட்ட நினைக்கும் மனசாட்சி இல்லாத மனிதர்களை என்னவென்பது? சில தனியார் மருத்துவமனைகள் மக்களின் அச்சத்தைப் பணமாக்கத் துடிக்கின்றன. ஏன் இந்தப் பேராசை? பலரின் வாழ்க்கை, நம்பிக்கை, எதிர்காலம் எல்லாமே கேள்விக்குறியாகிவிட்டது. கொரோனாவுக்கு முன் கோடியில் புரண்டவர்களும், கோணியில் புரண்டவர்களும் சமம் என்றாகிவிட்டது. அனைவருக்கும் ஒரே விதமான சவ அடக்கம்.

இருப்பினும் முகக்கவசத்தில் வைரக்கற்கள் பதிக்கிறார்கள். தங்கத்தில் முகக்கவசம் அணிகிறார்கள். அடுக்குமா இந்த அக்கிரமம்? என்று கோபம் கொப்பளித்துக் கொண்டு வருகிறது. இது என்ன மனநிலை என்று புரியவில்லை. இப்போது கூட மனம் திருந்தாமல் இன்னும் இன்னும் என பேராசைப்பட்டு ஏழு தலைமுறைக்குச் சொத்து சேர்க்க வேண்டுமா? பணத்தின் பின்னே ஓட வேண்டுமா? நிம்மதியையும், நித்திரையையும் துறந்து விட்டு பணம் சேர்க்க வேண்டுமா? இடுக்கண் காலங்களில் பலவீனங்களைச் சாதகமாக்கி மற்றவர்களை மிதித்து நசுக்கி மேலெழுந்து வரவேண்டுமா? சக மனிதர்களிடம் நமக்குள்ள நம்பிக்கை தேய்ந்து வருகிறது. நாம் எல்லோரும் மனிதத்தன்மையுடன் இருந்துவிட்டால் நோய்த் தொற்று தோல்வி அடைந்து ஒளிந்துவிடும்.

நாம் மருத்துவர்களையும், செவிலியர்களையும், தூய்மைப் பணியாளர்களையும், சேவைப் பணியாளர்களையும் வெறும் வார்த்தைகளால் மட்டுமே போற்றுகிறோம். உண்மையில் அவர்களிடம் கனிவு காட்டுவதில்லை. நோய்த் தொற்று ஏற்பட்ட மனிதர்களையும், வீடுகளையும் தனிமைப்படுத்துகிறார்கள். நோய்த் தொற்றின் காரணமாக இறந்தவர்களைத் தங்கள் இடுகாட்டில் புதைக்கக்கூடாது என்று சிலர் போராட்டம் நடத்துகிறார்கள். நமக்காகப் பலர் ஓடி ஓடி உழைக்க

வேண்டும் என விரும்புகிறோம். ஆனால் நாமோ சற்றும் சமூக அக்கறை இல்லாமல் வாழ்ந்து கொள்கிறோம். நாம் போராட வேண்டியது நோயுடன், நோயாளியுடன் அல்ல என்பதை நினைவில் கொள்வோம். நாம் இப்போது உயிரோடு இருப்பதே கடவுளின் கருணை தான். பணமோ பதவியோ நம் உயிரைப் பாதுகாக்க உதவாது. அன்பினால் அகிலத்தை வெல்வோம்.

*****

48. மண்ணின் மதிப்பு

மண் என்பது ஒரு மகத்தான பொருளாக மதிக்கப்படுகிறது. கடவுள் வாக்குத்தத்தம் பண்ணினபடி பாலும் தேனும் ஓடுகிற, பொன்னும் பொருளும் விளைகிற இந்தப் பூமியை நமக்கு பரிசாகத் தந்துள்ளார். நல்ல நிலமானது தன்மேல் அடிக்கடி பெய்கிற மழையைப் பெற்று தன்னிடத்தில் பயிரிடுகிறவர்களுக்கு நல்ல பயிர்களை முளைப்பிக்கிறது. இந்த மண்ணில் வாழும் நுண்ணுயிர்களினால் மண் உயிர்பெற்று விளங்குகிறது. மண்ணிற்கு உயிர் இருப்பதினால் தான் அதில் நடப்படும் பயிர்கள் முளைத்து, வளர்ந்து, காய்த்து பலன்களைத் தருகின்றன.

நாம் வாழும் பூமியானது சுவாசிக்கிறது என்று சோவியத் விஞ்ஞானிகள் கண்டுபிடித்திருக்கிறார்கள். பூமியின் மேலேயுள்ள மண் அடுக்கில் காற்றிலுள்ள ஆக்ஸிஜன் ஆக்ஸிகரணமடைகிறது என இதுவரை நம்பப்பட்டு வந்தது. ஆனால் இப்போது அந்த ஆக்ஸிஜன் பூமியினுள்ளே ஊடுருவிச் செல்கிறது என்றும், பூமியினுள்ளே பல கிலோ மீட்டர்கள் வரையிலும் பரவுகிறது என்றும் கண்டுபிடித்திருக்கிறார்கள். பூமியின் உள்ளே இருக்கும் நீர்நிலை அடுக்குகள் அவற்றை சுத்திகரிப்பு செய்கிறது என்கிறார்கள். மண்ணின் தன்மையை அறிவதற்கு மண் பரிசோதனை செய்யும்முறை இப்போது அமுலில் உள்ளது.

வேதம் சொல்லுகிறது "மனிதனே நீ மண்ணிலிருந்து எடுக் கப்பட்டாய். நீ மண்ணுக்கே திரும்புவாய்" என்று. ஆகவேதான் பிறந்தது முதல் இறப்பது வரையிலும் மனிதனுக்கும் மண்ணுக்கும் நெருக்கமான உறவு உள்ளது. எந்த ஒரு குழந்தையும் பஞ்சு மெத்தையில் படுத்து மகிழ்வதைவிட மண்ணில் தவழ்ந்து விளையாட விரும்புவது இயல்புதானே! மண் இல்லாமல் எந்த ஒரு ஜீவராசிகளின்

வாழ்க்கையையும் இவ்வுலகில் இடம்பெறுவது இயலாது. ஆகவே தான் விஞ்ஞானம் வியத்தகு அளவில் வளர்ந்தாலும் விண்வெளியில் வீடுகட்டி பயிர் விளைவிக்க முடியவில்லை.

மண்ணில் உள்ள அத்தனை மூலகங்களும் நமது உடலில் காணப்படுகின்றன. சுமார் 70 கிலோ எடையுள்ள ஒரு மனிதனைக் கூறு போட்டால் அவனது உடலிலுள்ள கொழுப்பிலிருந்து 7 சோப்புகட்டிகள், பாஸ்பரஸிலிருந்து 100 கந்தக வில்லைகள், இரும்பிலிருந்து 2 ஆணிகள், கார்பனிலிருந்து 6000 பென்சில் கூர்முனைகள், மக்னீஷியத்திலிருந்து ஒரு கரண்டி உப்பு, பொட்டாஷிலிருந்து 2200 தீக்குச்சித் தலைகள், கால்சியத்திலிருந்து 2 கிலோ சுண்ணாம்பு மற்றும் 10 காலன் தண்ணீர் இப்படியாக தங்கம் உட்பட அனைத்து மூலகங்களும் உடலில் உள்ளன.

மண்ணிலிருந்து மனிதன் படைக்கப்பட்டான் என வேதம் நமக்குச் சொல்லுவது எத்தனை உண்மையானது என்பதை விஞ்ஞானிகள் நிரூபித்துள்ளனர். எனவே மண்ணிலிருந்து எடுக்கப்பட்ட மனிதன் மீண்டும் மண்ணுக்குத் திரும்புவது தவிர்க்க முடியாதது. குயவனாகிய கடவுள் கையில் களிமண்ணாக நாம் காணப்படுகிறோம். குயவன் தன் விருப்பப்படி மண்ணைப் பிசைந்து மண்பாண்டங்களை வனைகிறான். குயவனின் விருப்பப்படி வனையப்படும் மண்பாண்டங்கள் பார்ப்பதற்கு அழகாக காட்சி தருகின்றன. அவைகளை வாங்குவதற்கும் ஆட்கள் போட்டி போட்டுக் கொண்டு வருவார்கள்.

மண்ணான நம்மையும் தனது விருப்பப்படி அழகிய மண் பாண்டமாக மாற்றுவதற்கு கர்த்தர் கையில் நம்மை ஒப்படைக்க வேண்டும் அப்போது அனைவரும் விரும்பும் பாத்திரமாக அவர் நம்மை மாற்றுவார். மனிதன் மண்ணால் உருவாக்கப்பட்டாலும் மனிதனுக்குள் காணப்படும் ஆன்மா ஒரு செழிப்பான நிலமாகும். அப்பேர்ப்பட்ட செழிப்பான நிலத்தை கர்த்தர் தனது தோட்டமாக தெரிந்தெடுத்துள்ளார். ஆகவே பக்குவப்பட்ட செழிப்பான நமது உள்ளத்திலே நல்ல நினைவுகள் விதைக்கப் படவேண்டும். அப்போது தான் அதிலிருந்து ஆவியின் கனிகள் வந்து வளம் பெருகும். மண்ணைப் பொன்விளையும் பூமியாக மாற்றத்துடிக்கும் நாம் நமது மனங்களையும் பொன்மனமாக மாற்றுவோம்.

*****

49. படகில் பணிவிடை

இயேசு நாதரின் திருப்பணிகளிலே போதகப்பணி (Teaching mission) ஒரு சிறப்பான பணியாக இருந்தது. அக்காலத்தில் வாழ்ந்த மக்களுக்கு அவர்கள் மொழிநடையில் போதனைகள், உவமைகள், கதைகள் மூலமாகப் போதகப் பணி செய்தார். இப்போது அனைவருக்கும் கல்வி இயக்கம் எப்படிப் செயல்படுகிறதோ, அவ்வாறே அனைவருக்கும் நற்செய்தி இயக்கத்தை மிகச் சிறப்பாகச் செய்தார் இயேசு கிறிஸ்து, அவ்வண்ணம் படகில் நடந்த ஒரு பணிவிடை நிகழ்ச்சியை அனைவரும் ஆழ்ந்து சிந்திப்போம்.

வெறுமையாய்க் கரையில் நின்றது படகு(லூக்கா 5:2). மீனவர்கள் கவலையோடு, களைப்போடு படகை விட்டு இறங்கி வலைகளை அலசிக் கொண்டிருந்தார்கள். அந்தப் படகு ஒன்றில் ஏறினார் இயேசு. வெறுமையாய் இருந்த படகு போதக மேடை ஆனது. (The empty boat becomes the puplit). சாதாரண மேடை அல்ல. இயேசு நாதரே பிரசங்கம் செய்த மேடையாயிற்று. அலங்காரமான மேடையல்ல! அர்ப்பணிப்புள்ள மேடையாக மாறியது. சீமோன் படகைக் கொடுத்தார். தரையில் இருந்து தள்ளினார். பிரசங்கம் கேட்டார் அருளுரை முடிகிறது. ஆழத்திலே தள்ளிக்கொண்டு போய் உங்கள் வலைகளைப் போடுங்கள் என்று இயேசு சொன்னார்.

களைப்பாய் காணப்பட்ட சீமோன் கூறுகிறார் ஐயரே, இராமுழுவதும் நாங்கள் பிரயாசப்பட்டும் ஒன்றும் அகப்படவில்லை ஆகிலும் உம்முடைய வார்த்தையின்படியே வலையைப் போடுகிறேன் என்றார் (லூக். 5:5). தன் சொந்த முயற்சியில் பிரயாசப்பட்ட சீமோன் களைப்பைப் பாராமல் இயேசுவின் வார்த்தைக்குக் கீழ்ப்படிந்தான். கீழ்ப்படிந்த சீமோன் வலை கிழியத்தக்கதாக மீன்களைப் பிடித்தான். கூட்டாளிகள் இந்த அற்புதத்தைப் பார்த்துப் பிரமித்தனர். சீமோன் பேதுரு இயேசுவின் பாதத்தில் விழுந்து ஆண்டவரே நான் பாவியான மனுஷன் நீர் என்னை விட்டுப் போக வேண்டும் என்றான். இயேசு சீமோன் பேதுருவை நோக்கி: பயப்படாதே, இதுமுதல் நீ மனுஷரைப் பிடிக்கிறவனாய் இருப்பாய் என்றார். இயேசுவின் வார்த்தைக்குக் கீழ்ப்படிந்த பேதுருவை உலகெங்கும் சபையைக் கட்டுகின்ற கற்பாறையாக மாற்றினார்.

ஆண்டவாகிய இயேசு படகில் இருந்தார். படகு அசையத்தக்க அளவில் புயல் அலைகள். ஆண்டவர் அருகில் இருந்தும் காற்று, அலைகள், வேதனை, சோர்பு. இயேசுவை எழுப்பிம்போது. இயேசு கடலைப் பார்த்து, இரையாதே! அமைதலாய் இரு என்றார் (மாற். 6:36). உடனே அமைதி நிலவுகிறது. இயேசு நாதர் எழுப்பிய இரு கேள்விகள். இங்கே சிந்திக்கத் தக்கது. ஒன்று ஏன் பயப்பட்டீர்கள் ? மற்றொன்று ஏன் விசுவாசம் இல்லாமற் போயிற்று? கடலில் புயல் நடுவில் சென்ற படகில் இயேசு இருந்தார். புயல் வந்தும் படகு கவிழவில்லை. இயேசு நம் வாழ்க்கைப் பயணத்தில் உடன் இருக்கும்போது விசுவாசத்தோடு பயமில்லாமல் பயணிப்போமாகில் இனிதே அக்கரை சேருவோம்.

இயேசு இல்லாத படகு இப்போது அக்கரைக்குச் செல்கிறது. இயேசு தனியாக மலையின் மேல் ஏறி ஜெபிக்கிறார். சீடர்கள் குழுவாகச் சென்ற படகு அலைமோதுகின்றது. தம் மக்கள் துன்பப்படும் போது ஜெபிக்கும் கிறிஸ்துவாக அல்ல, செயல்படும் கிறிஸ்துவாக மாறுகிறார். படகு இல்லாவிட்டாலும் நடந்து சென்று தம் மக்களைக் காக்கிறார் (மாற். 6:51). கதி கலங்கின மக்களுடன் பேசி திடன் கொள்ளுங்கள், பயப்படாதிருங்கள் என்று ஆற்றல்படுத்துகின்றார். மக்களின் துன்பங்களை நீக்க துயரத்தைத் துடைக்க கட்டுகளை விடுவிக்க ஓடோடி வரும் கிறிஸ்து நமக்கு முன்மாதரி ! செயல்படும் கிறிஸ்தவனாக பணிவிடை செய்ய கடவுள் நம்மை அழைக்கிறார். களத்திலே இறங்கி பணியாற்றுவோம்? களைப்படைந்த மானிடத்தைக் காப்பாற்றுவோம் ! ஆண்டவர் அழைப்புக்கு நம்மை அர்ப்பணிப்போம்!

*****

50. அள்ளித்தரும் நிலம்

எல்லா உயிரகளும் இறுதியில் செல்லும் இடம் ஒன்றே எல்லாம் மண்ணினின்றே தோன்றின: எல்லா மண்ணுக்கே மீளும் (ச.உ. 3:20)

இந்த உலகில் காணப்படுகின்ற எல்லாம் பூமியிலிருந்து உண்டாக்கப் பட்டபடியால், பூமியே எல்லாவற்றுக்கும் தாயாக இருக்கிறது, மனிதரையும் ஆண்டவர் படைத்தபோது மண்ணிலிருந்து உருவாக்கினார் (தொ.நூ. 2:7). மண்ணிலிருந்து உருவாக்கப்பட்ட மனிதர்களும் மற்ற

96

உயிரினங்களும் மண்ணுக்கே திரும்ப வேண்டுமென்ற நியதி ஆண்டவரால் நியமிக்கப்பட்டிருக்கிறது. இதோ! நானும் களிமண்ணிலிருந்து செய்யப்பட்டவனே! (யோபு 33:4) என்று பக்தன் யோபு அறிக்கையிடுவதைப் பார்க்கிறோம். தாயைப்போல் அன்னைபூமி நம்மை அரவணைப்பதால், அதற்கு துன்பம் கொடுக்காமல் அன்பு காட்டுவோம்.

பரந்து விரிந்த பேரண்டத்தில் பசுமைக் கோளமாக விளங்கும் பூமியானது இந்த பிரபஞ்சத்துக்கே ஒரு தோட்டம் போன்றது. இந்த புவிக் கோளம் மட்டுமே, நாம் அறிந்தவரை உயிரினங்கள் வாழ்வதற்கும், பலுகிப்பெருகுவதற்கும், குலவளர்ச்சி பெற்று தழைப்பதற்கும் தகுதியான இடமாக காணப்படுகிறது. உயிரினங்கள் உயிர் வாழ்வதற்குத் தேவையான அனைத்து ஆதாரங்களையும் பூமி தன்னகத்தே கொண்டுள்ளது. ஆதியில் மனிதன் உணவிற்காக சில குறிப்பிட்ட தாவரங்களை வளர்த்தான். சில மிருகங்களை பழக்கி பயன்படுத்திக் கொண்டான். மண்ணை பண்படுத்த துவங்கிய மனிதன், வேளாண்மை செய்து உணவுத் தேவையைப் பூர்த்தி செய்தான். ஒரு நெல்லை பல கோடி நெற்களாக்கும் மண்ணை விடவா அட்சயபாத்திரம் அபூர்வமானது?

நிலத்தினின்று அவ்வப்போது கிடைக்கும் பலனை உண்ணுங்கள் (லேவி. 25: 12) நிலம் தன் கனியைத் தரும், நீங்கள் திருப்தியாகச் சாப்பிட்டு அதில் சுகமாய் குடியிருப்பீர்கள் என்பது ஆண்டவர் தரும் உத்திரவாதம். அல்லி அரசாணி மாலை என்னும் சங்க இலக்கிய நூல் "கரும்பும் இளநீரும் கண்திறந்து மடைபாயும் கட்டு களங்காணும் கதிர் உனக்கு நெல்காணும். அரிதாள் அறுத்துவர மறுநாள் பயிராகும்" என அமுதசுரபியாக உணவுகளை வாரிவழங்கிய வளமான நிலத்தை எடுத்துக்காட்டுகின்றது. இந்த உலகத்தில் 3.2 லட்சத்திற்கும் மேலான உணவு தாவரங்கள் உள்ளன. இவற்றில் புல் இனங்கள் மட்டும் கால் பங்கு உள்ளது. இவற்றிலிருந்து அரிசி, கோதுமை, பார்லி போன்ற தானியங்கள் கம்பு, சோளம், ராகி போன்ற சிறுதானியங்கள் நமக்கு கிடைக்கிறது. முற்காலத்தில் வாழ்ந்த நமது முன்னோர்கள் சுமார் 70,000 வெவ்வேறு வகையான தாவர உணவுகளை பயன்படுத்தி உள்ளனர். ஆனால் இன்றைய மக்கள் அரிசி, கோதுமை போன்ற ஒருசில உணவு பொருட்கள் மீது மட்டுமே கவனம் செலுத்தி

வருகின்றனர். இதனால் இயல்பான ஆரோக்கியத்தை இழந்து தவிக்கின்றனர்.

பூமி நிலையாக இருப்பதால் பூமியை 'நிலம்' என்று சொல்கிறோம். நம் வாழ்க்கைக்கு நிலம் தான் ஆதாரமாக இருக்கிறது. நிலத்தின் மேல்தான் நம் இருப்பிடங்கள் அமைகின்றன. நிலத்தில்தான் நமது உணவுப் பொருட்கள் விளைகின்றன. நிலத்தில்தான் மரம், செடி, கொடிகள் வேர்விட்டு வளர்ந்து எல்லா உயிரினங்களுக்கும் வாழ்விட வசதி செய்து தருகிறது. அதோடு மனித வாழ்வுக்குத் தேவையான எல்லா உடமைப் பொருட்களையும் பூமிதான் நமக்குக் கொடுக்கிறது. பூமி எல்லா உயிர்களுக்கும் ஏற்றத்தாழ்வில்லாமல் உணவளிக்கிறது. ஆனால் மனிதன் மட்டும் மண்ணைப் புண்படுத்தி, காயப்படுத்தி, குற்றுயிராக்கி விட்டான். மனிதர்களையும் மற்ற உயிரினங்களையும் வளமாக வாழ வைத்துக் கொண்டிருக்கும் மண்ணைப் பேணி பாதுகாக்க வேண்டியது மிகவும் முக்கியம், அதுவே ஆண்டவரின் கட்டளையாகவும் காணப்படுகிறது.

ஞானிகள் பலரும் பூமியைப் புனிதமாகக் கருதி போற்றிப் பாதுகாத்தவனர். அறிஞர்கள் அனைவரும் பூமியை அன்னையைப் போல் மதித்து மகிழ்ந்தனர். ஏனெனில் மகத்தான கடவுளின் பெரிதான ஆற்றல் மனிதரிலும், தாவரங்களிலும் விலங்குகளிலும் நிலத்திலும், நதிகளிலும், கடலிலும், மலைகளிலும், வானிலும் நிறைந்திருப்பதை அவர்கள் உணர்ந்துள்ளனர். படைப்புகளுக்கு அளிக்கப்படும் அங்கீகாரமும், அரவணைப்பும் படைப்பாளரான கடவுள் மீதான துதியாகவும், வழிபாடாகவும் நீட்சியுறுகிறது. உயிருள்ள மற்றும் உயிரற்ற அனைத்தின் மீதும் பச்சை ஆன்மீகம் நுண்ணிய அக்கறை கொள்ள வைக்கிறது. ஏனெனில் இவற்றைத் தனித்தனியாக நாம் பிரித்துப் பார்க்க இயலாது. பச்சை ஆன்மீகம் கடவுளின் படைப்புகள் வாயிலாக கடவுளை காணவைக்கிறது. பசுமை நிகழ்வுகள் வாயிலாக கடவுள் தன்னை வெளிப்படுத்தி வருகிறார்.

*****

98

www.ingramcontent.com/pod-product-compliance
Lightning Source LLC
Chambersburg PA
CBHW061434160726
47995CB00003B/888